瑞蘭國際

Vietnamese Language

大家的越南語
中級 1
B1

Nguyễn Thị Liên Hương **阮蓮香**

Nguyễn Thị Linh **阮氏玲**

著

Lời tựa
作者序

出版緣起

在臺灣，學習越南語的需求日增，各界人士急欲學習越南語並瞭解越南國情。「大家的越南語」系列書籍，正是在此背景下被編纂出版。

此系列書籍本著重視「聽、說、讀、寫」學習四大技能，圍繞「食、衣、住、行、育、樂」生活六大範疇為主旨，務求教材內容符合「簡單易自學、輕鬆易溝通、日常易活用」的需求，期使讀者能在短期之內開口說出標準越南語，因此書中不但融入各種生活化的主題，並且涵蓋許多能進一步瞭解越南文化與國情的相關內容。

筆者目前預計將本系列書籍分為「初級1、初級2、中級1、中級2」四冊，每一冊皆包含十二課，除力求內容完全符合越南語能力檢定機構的命題規範，同時在發音方面也下了很多功夫，就是希望能夠加深讀者對越南語語音準確度的掌握。

由於《大家的越南語 初級1》與《大家的越南語 初級2》受到老師與學生們的肯定與喜愛，短短幾年內已再刷多次，這才鼓舞了我們，決定繼續編寫大家的越南語中級（B級）程度的書籍，也就是您手上的這本《大家的越南語 中級1（B1）》，以及將來會出版的《大家的越南語 中級2（B2）》。

學習主題

《大家的越南語 中級1》適合已學過基礎程度越南語的學生，老師上課教學或學生自學皆適用。

本書規畫了十二個主題：

Bài 1:　　　Ở SÂN BAY:
第一課：　　ANH CHỊ VUI LÒNG CHO XEM HỘ CHIẾU VÀ VISA
　　　　　　在機場：請出示您們的護照和簽證

學習架構

而本書的每一課程，皆分為五大範疇：

I. HỘI THOẠI 會話：符合課程主題的實用生活會話例句。

II. TỪ VỰNG 詞彙：彙整會話內容中出現的關鍵詞彙。

III. CHÚ THÍCH NGỮ PHÁP 文法解釋：對會話中出現的相關句法、文法做出釋義並提示表達情境。

IV. LUYỆN TẬP 練習：按已學習的範例和詞彙進行練習。

‧ 根據會話內容回答問題

‧ 填入正確答案

‧ 造句

‧ 連結 A 與 B

‧ 改寫句子

‧ 依照範例使用提供的詞彙表達

V. BÀI ĐỌC 閱讀：

‧ 選出與會話主題相關的文章內容

‧ 回答問題

‧ 選出正確的答案

VI. KHÁM PHÁ VĂN HÓA VIỆT NAM 認識越南文化：介紹與主題相關的常用越南語成語或者歌謠、民間故事，藉以認識越南文化與民情。

每一課程各範疇的編排順序如同上述，但教師使用時也可按 II - III - I - IV - V 的順序施教。

而本書隨附音檔 QR code，其中的 MP3 音檔以河內音為主，因為其被視為越南語官方標準語音。

出版展望

　　筆者阮蓮香曾在越南有十年以上的研究資歷，也有在國立臺灣大學、師範大學、政治大學、輔仁大學、中華民國對外貿易發展協會、及臺灣警察專科學校等臺灣各大專院校進行越南語與文化講座快二十年的經驗。此外，也是教育部、國家教育研究院等中央機關越南語相關教材編輯委員會之委員，同時在臺灣、美國等地已出版過十多本有關越南語之書籍。而本書之內容，已經針對越南國內中級越語教材進行過仔細研究與比對。

　　而另一位作者阮氏玲，曾在越南河內國家大學下屬人文社會科學大學的越南學與越南語系工作四年，並且曾在臺灣國立政治大學擔任交換助理教授一年，並有臺灣東華大學通識教育中心兼任講師三年的工作經驗。同時，也曾是越南教育部教科書計畫的編寫成員。

　　最後，感謝每一位熱心協助筆者進行相關校訂作業的前輩以及好友：Nguyễn Thị Kim Chung（阮氏金鐘）小姐、吳志偉先生、陳柏伸先生、金仁晧先生、Lê Thị Bảo Châu（黎氏寶珠）小姐、廖書偉先生、柯怡瑄小姐、黃品學先生與陳建甫先生。

　　這本書能順利完成，也要特別感謝瑞蘭國際出版的王愿琦總編輯與葉仲芸副總編輯。

　　希望本書能幫助所有懂華語的學習者有系統、有條理地快速學會越南語。

　　雖然在編寫過程中已力求完善，但是一定也可能存在一些疏失，因此，希望各位讀者與同業不吝指教。

　　真誠感謝～ Xin chân thành cảm ơn!

共同作者

阮蓮香
Nguyễn Thị Liên Hương

阮氏玲
Nguyễn Thị Linh

如何使用本書

　　《大家的越南語　中級 1》以「食、衣、住、行、育、樂」生活六大範疇，精選 12 種情境，包含交通、生活、學習、文化等輕鬆且實用的學習主題，藉由情境會話，學習越南語生活會話、詞彙、文法，以及越南成語、歌謠，訓練讀者越南語聽、說、讀、寫的能力。此外，每課還有「認識越南文化」，讓您深入了解越南。

Bài 1
第一課

Ở SÂN BAY: ANH CHỊ VUI LÒNG CHO XEM HỘ CHIẾU VÀ VISA

在機場：
請出示您們的護照和簽證

Các câu nói thường dùng ở sân bay　機場常用的句型
Nếu ... thì ...; Giá ... thì ...　如果……就……；假如……就……
Động từ: khuyên, bảo (nói), sai, nhắc, dặn
　　建議、告知、派、提醒、叮嚀等動詞
Từ tần suất: hay, thường, thỉnh thoảng ...
　　通常、總是、偶爾等頻率詞
Nghiêm cấm, cấm, đừng, không được
　　禁止、禁止、不行、不可以

學習重點
每一課最前面的「學習重點」，讓您在學習前有提綱挈領的全面了解。

生活會話
透過情境安排，學習實用生活會話。

詞彙
列舉會話中的生字，加強記憶。

▶ **I HỘI THOẠI 會話**   MP3-01

Quầy check in

Nhân viên: Anh chị vui lòng cho xem hộ chiếu, visa và vé máy bay điện tử.

Thừa Hạo, Đinh Nghi: Giấy tờ của chúng tôi đây ạ.

Nhân viên: Anh chị bay tới Taipei phải không ạ? Hành lý của anh chị có bao nhiêu kiện?

Thừa Hạo, Đinh Nghi: Vâng, chúng tôi có 2 va-li ký gửi, 1 va-li xách tay và 1 balô.

Nhân viên: Anh chị cho va-li ký gửi lên cân đi ạ. Ngoài ra xin lưu ý, nếu quá 23 cân 1 kiện thì sẽ bị tính thêm cước.

Thừa Hạo, Đinh Nghi: Vâng, mỗi va-li của chúng tôi đều không quá 23 cân.

Nhân viên: Anh chị có cần dán lưu ý nhắc nhở hàng dễ vỡ lên hành lý không?

▶ **II TỪ VỰNG 詞彙**   MP3-02

1. quầy check-in   報到櫃檯
2. giấy tờ   證件、文件
3. kiện   件
4. va-li ký gửi   託運行李箱
   hành lý ký gửi
5. va-li xách tay   登機箱
   hành lý xách tay
6. lưu ý, chú ý   留意、注意
7. tính (thêm) cước (phí)   收取（額外）運費
8. dán   貼
9. nhắc, nhắc nhở   提醒
10. hàng dễ vỡ   易碎品
11. nhập cảnh   入境
12. xuất cảnh   出境
13. quy định   規定
14. xếp, sắp xếp   安排
15. hàng ghế   座位排（數）
16. lối đi   走道
17. cửa sổ   窗戶
18. thẻ lên máy bay   登機牌、登機證
19. chuyến bay   班機
20. khởi hành   啟程
21. cổng   門
22. số ghế   座位號碼
23. khu kiểm tra an ninh   安檢區
    khu soi chiếu an ninh
24. áo khoác   夾克、外套
25. túi xách   手提袋
26. khay   托盤
27. đồ vật bằng kim loại   金屬物品

音檔序號
務必配合音檔反覆大聲練習拼讀。

中文翻譯
精準的中文翻譯，幫助您對照學習。

Tiếng Trung 中譯

報到櫃檯

工作人員： 請出示您們的護照、簽證和電子機票。

承浩 & 亭宜： 這是我們的證件。

工作人員： 兩位要飛往臺北嗎？您們有幾件行李呢？

承浩 & 亭宜： 是的，我們有 2 個託運行李箱、1 個登機箱和 1 個背包。

工作人員： 請將您們託運的行李箱放在磅秤上。此外，請留意，如果一件超過 23 公斤，將被收取額外費用。

承浩 & 亭宜： 好的，我們每個行李箱都不超過 23 公斤。

工作人員： 需要在行李上貼易碎物品提醒嗎？

承浩 & 亭宜： 謝謝，但應該不需要。

工作人員： 請注意，臺灣法律不允許進口豬肉產品。入境臺灣時，如被發現違反規定，將處新臺幣 20 萬元以 100 萬元以下的罰鍰。

承浩 & 亭宜： 好的，我們已經看過這條規定了。順便問一下，妳能把我們安排在靠走道與靠窗的位置嗎？我妹妹喜歡坐在窗邊看雲。

工作人員： 好的，讓我看看。
    ……
    這是您的登機證，您的航班將從 28A 登機口起飛，並將於 14:30 開始登機。您的座位號碼依次為 22A 和 22C。

安檢區

工作人員： 請把您的外套、鞋子、筆記型電腦和登機箱放在托盤裡。

承浩： 需要摘下手錶嗎？

工作人員： 是的，手錶和金屬物品。

III CHÚ THÍCH NGỮ PHÁP 文法解釋

（一）Nếu ... thì ...; Giá ... thì ... 如果……就……；假如……就……

Nếu ... thì ...: chỉ nguyên nhân - kết quả　表示原因 - 結果的假設
Giá ... thì ...: chỉ giả thiết - kết luận　表示假設 - 結論（比較難發生）

• **Nếu** tôi chăm chỉ hơn, **thì** tôi sẽ đỗ đại học.
　如果我更加用功，我會考上大學。

• **Giá** tôi trúng số xố, **thì** tôi sẽ đi du lịch vòng quanh thế giới.
　假如我中了樂透，我會環遊世界。

（二）Động từ: khuyên, bảo (nói), sai, nhắc, dặn
　　　建議、告知、派、提醒、叮嚀等動詞

1. khuyên　建議：

• Mẹ **khuyên** mình không nên thức khuya.
　媽媽勸我不要熬夜。

2. bảo (nói)　告知、說：

• Bạn trai **bảo**, tôi nói nhiều làm anh ấy rất đau đầu.
　男朋友說我話太多，讓他很頭疼。

文法解釋

解釋越南語進階文法與句型，
建立正確的文法觀念。

練習

按學習的範例和詞彙，
進行多元練習。

IV LUYỆN TẬP 練習

（一）TRẢ LỜI CÂU HỎI THEO NỘI DUNG BÀI HỘI THOẠI
　　　根據會話內容回答問題

❶ Thừa Hạo và Đình Nghi bay đi đâu?
　_____

❷ Hai người có tất cả bao nhiêu kiện hành lý?
　_____

❸ Họ có nhu cầu dán ý nhắc nhở về hàng dễ vỡ không?
　_____

❹ Luật pháp Đài Loan quy định cấm mang gì nhập cảnh?
　_____

❺ Nếu bị phát hiện vi phạm quy định nhập cảnh sẽ bị phạt thế nào?
　_____

VI KHÁM PHÁ VĂN HÓA VIỆT NAM
認識越南文化
**THƠ, THÀNH NGỮ, BÀI HÁT, TRÒ CHƠI DÂN GIAN VÀ
TRUYỆN CỔ TÍCH** 詩、成語、歌謠、民間遊戲與民間故事

THÀNH NGỮ 成語

走 馬看花

Cưỡi ngựa xem hoa

註解

強化美越越語 亦說 走 馬開花 比喻粗略 匆 匆看過 ，能仔細地 眼睛或者
　　　　　　　　　　　　　　　　　　　觀察

Thành ngữ Hán Việt đã được Việt hóa: thành ngữ tiếng Trung thể hiện sự qua loa, sơ sài, không tỉ mỉ quan sát hoặc tìm hiểu sâu về sự vật sự việc. Trong tiếng Việt, câu thành ngữ giữ nguyên ý nghĩa và cách dùng, nhưng thay đổi về âm đọc.

例句

我 雖 云 過越南幾次 ，但都只能 馬看花 天 觀察 ，鄉鄉過居民的生 活

Mặc dù tôi đã đến Việt Nam vài lần nhưng lần nào cũng chỉ như **cưỡi ngựa xem hoa**, chưa tìm hiểu được sâu hơn về cuộc sống của người dân nơi đây.

詩、成語、歌謠、民間遊戲與民間故事 /
認識越南文化

透過精選內容，認識道地的越南文化。

閱讀

長篇的文章搭配讀後練習，大幅提升越南語閱讀能力。

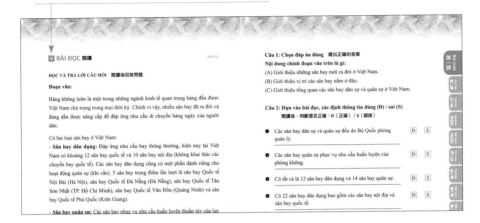

附錄

提供全書所有練習的解答，以及各課單字索引，讓學習者好複習好查詢。

練習解答

掌握學習成效。

各課單字索引

依每課單字出現順序排列，可溫故知新。

如何掃描 QR Code 下載音檔

1. 以手機內建的相機或是掃描 QR Code 的 App 掃描封面的 QR Code。
2. 點選「雲端硬碟」的連結之後，進入音檔清單畫面，接著點選畫面右上角的「三個點」。
3. 點選「新增至『已加星號』專區」一欄，星星即會變成黃色或黑色，代表加入成功。
4. 開啟電腦，打開您的「雲端硬碟」網頁，點選左側欄位的「已加星號」。
5. 選擇該音檔資料夾，點滑鼠右鍵，選擇「下載」，即可將音檔存入電腦。

目次

Ở SÂN BAY: ANH CHỊ VUI LÒNG CHO XEM HỘ CHIẾU VÀ VISA

在機場：請出示您們的護照和簽證

Các câu nói thường dùng ở sân bay　機場常用的句型

Nếu ... thì ...; Giá ... thì ...　如果……就……；假如……就……

Động từ: khuyên, bảo (nói), sai, nhắc, dặn
建議、告知、派、提醒、叮嚀等動詞

Từ tần suất: hay, thường, thỉnh thoảng ...
通常、總是、偶爾等頻率詞

Nghiêm cấm, cấm, đừng, không được
禁止、禁止、不行、不可以

Quầy check in

Nhân viên: Anh chị vui lòng cho xem hộ chiếu, visa và vé máy bay điện tử.

Thừa Hạo: Giấy tờ của chúng tôi đây ạ.
Đình Nghi:

Nhân viên: Anh chị bay tới Taipei phải không ạ? Hành lý của anh chị có bao
               nhiêu kiện?

Thừa Hạo: Vâng, chúng tôi có 2 va-li ký gửi, 1 va-li xách tay và 1 balô.
Đình Nghi:

Nhân viên: Anh chị cho va-li ký gửi lên cân đi ạ. Ngoài ra xin lưu ý, nếu quá
               23 cân 1 kiện thì sẽ bị tính thêm cước.

Thừa Hạo: Vâng, mỗi va-li của chúng tôi đều không quá 23 cân.
Đình Nghi:

Nhân viên: Anh chị có cần dán lưu ý nhắc nhở hàng dễ vỡ lên hành lý
               không?

Thừa Hạo:
Đình Nghi: Cảm ơn chị, nhưng có lẽ không cần.

Nhân viên: Xin anh chị lưu ý, luật pháp Đài Loan cấm mang các sản phẩm có thịt lợn nhập cảnh. Khi nhập cảnh Đài Loan, nếu bị phát hiện vi phạm quy định thì sẽ bị phạt từ 200.000 đến 1.000.000 Đài tệ.

Thừa Hạo:
Đình Nghi: Vâng, chúng tôi đã đọc quy định này rồi. À, chị có thể xếp cho chúng tôi ngồi ở hàng ghế cạnh lối đi và gần cửa sổ được không? Em gái tôi luôn thích ngồi gần cửa sổ để ngắm mây.

Nhân viên: Vâng, để tôi xem.

…

Đây là thẻ lên máy bay của anh chị, chuyến bay của anh chị sẽ khởi hành từ cổng 28A và sẽ bắt đầu lên máy bay từ lúc 14 giờ 30. Số ghế của anh chị lần lượt là 22A và 22C.

Khu kiểm tra an ninh

Nhân viên: Xin để áo khoác, giày, laptop và túi xách vào khay.

Thừa Hạo: Có phải tháo đồng hồ ra không anh?

Nhân viên: Vâng, đồng hồ và các đồ vật bằng kim loại.

報到櫃檯

工作人員： 請出示您們的護照、簽證和電子機票。

承浩 & 亭宜： 這是我們的證件。

工作人員： 兩位要飛往臺北嗎？您們有幾件行李呢？

承浩 & 亭宜： 是的，我們有 2 個託運行李箱、1 個登機箱和 1 個背包。

工作人員： 請將您們託運的行李箱放在磅秤上。此外，請留意，如果一件超過 23 公斤，將被收取額外費用。

承浩 & 亭宜： 好的，我們每個行李箱都不超過 23 公斤。

工作人員： 需要在行李上貼易碎物品提醒嗎？

承浩 & 亭宜： 謝謝，但應該不需要。

工作人員： 請注意，臺灣法律不允許進口豬肉產品。入境臺灣時，如被發現違反規定，將處新臺幣 20 萬元以上 100 萬元以下的罰鍰。

承浩 & 亭宜： 好的，我們已經看過這條規定了。順便問一下，妳能把我們安排在靠走道與靠窗的位置嗎？我妹妹總喜歡坐在窗邊看雲。

工作人員： 好的，讓我看看。

……

這是您的登機證，您的航班將從 28A 登機口起飛，並將於 14:30 開始登機。您的座位號碼依次為 22A 和 22C。

安檢區

工作人員： 請把您的外套、鞋子、筆記型電腦和登機箱放在托盤裡。

承浩： 需要摘下手錶嗎？

工作人員： 是的，手錶和金屬物品。

II TỪ VỰNG 詞彙

❶ quầy check-in 報到櫃檯

❷ giấy tờ 證件、文件

❸ kiện 件

❹ va-li ký gửi
hành lý ký gửi　託運行李箱

❺ va-li xách tay
hành lý xách tay　登機箱

❻ lưu ý, chú ý 留意、注意

❼ tính (thêm) cước (phí)
收取（額外）運費

❽ dán 貼

❾ nhắc, nhắc nhở 提醒

❿ hàng dễ vỡ 易碎品

⓫ nhập cảnh 入境

⓬ xuất cảnh 出境

⓭ quy định 規定

⓮ xếp, sắp xếp 安排

⓯ hàng ghế 座位排（數）

⓰ lối đi 走道

⓱ cửa sổ 窗戶

⓲ thẻ lên máy bay 登機牌、登機證

⓳ chuyến bay 班機

⓴ khởi hành 啟程

㉑ cổng 門

㉒ số ghế 座位號碼

㉓ khu kiểm tra an ninh
khu soi chiếu an ninh　安檢區

㉔ áo khoác 夾克、外套

㉕ túi xách 手提袋

㉖ khay 托盤

㉗ đồ vật bằng kim loại 金屬物品

Ⅲ CHÚ THÍCH NGỮ PHÁP　文法解釋

（一）Nếu ... thì ...; Giá ... thì ...　如果……就……；假如……就……

Nếu ... thì ...: chỉ nguyên nhân - kết quả　表示原因 - 結果的假設

Giá ... thì ...: chỉ giả thiết - kết luận　表示假設 - 結論（比較難發生）

- **Nếu** tôi chăm chỉ hơn, **thì** tôi sẽ đỗ đại học.

  如果我更加用功，我會考上大學。

- **Giá** tôi trúng sổ xố, **thì** tôi sẽ đi du lịch vòng quanh thế giới.

  假如我中了樂透，我會環遊世界。

（二）Động từ: khuyên, bảo (nói), sai, nhắc, dặn
　　　 建議、告知、派、提醒、叮嚀等動詞

1. khuyên　建議：

- Mẹ **khuyên** mình không nên thức khuya.

  媽媽勸我不要熬夜。

2. bảo (nói)　告知、說：

- Bạn trai **bảo**, tôi nói nhiều làm anh ấy rất đau đầu.

  男朋友說我話太多，讓他很頭疼。

3. sai　派：

- Ông **sai** cháu đi mua giúp ông tờ báo.

  爺爺派孫子去幫他買報紙。

4. nhắc　提醒：

- Mẹ **nhắc** tôi nhớ mang theo chìa khóa.

  媽媽提醒我記得要帶著鑰匙。

5. dặn 叮嚀：

- Cô **dặn** các em nhớ làm bài tập.
  老師叮嚀學生們記得做功課。

（三）Từ tần suất: hay, thường, thỉnh thoảng ...
通常、總是、偶爾……的頻率詞

　　頻率詞放在句子的主語之後以及主要動詞之前，但有一些特殊情況會放在句首或句尾：

1. Đứng sau chủ ngữ　放在主語後面：

- Bạn ấy **thường xuyên** đi học muộn.
  他上課總是遲到。

2. Đứng đầu câu　放在句首：

- **Đôi khi** tôi cảm thấy rất cô đơn.
  有時候我覺得好孤獨。

3. Đứng cuối câu　放在句尾或動詞後面：

- Chị ấy cứ nhắc về anh **suốt**.
  她一直在提起你。

Từ tần suất　頻率詞：

❶ luôn luôn, luôn　　　　　　　總是

❷ lúc nào (**chủ ngữ**) cũng　　任何時候（**主語**）都

❸ suốt　　　　　　　　　　　一直

❹ hoài　　　　　　　　　　　連續不斷

Bài một 第一課
Bài hai 第二課
第三課 Bài ba
第四課 Bài bốn
第五課 Bài năm
第六課 Bài sáu
第七課 Bài bảy
第八課 Bài tám
第九課 Bài chín
第十課 Bài mười
第十一課 Bài mười một
第十二課 Bài mười hai
附錄 Phụ lục

❺ thường xuyên 通常
hay

❻ thường, thường thường 常常

❼ thỉnh thoảng 偶爾、有時
đôi khi, đôi lúc, có khi

❽ không hay, không thường xuyên 不常

❾ hiếm khi, hiếm khi nào, rất ít khi 很少、罕見

❿ chưa bao giờ 從來沒有（過去到現在）

⓫ không bao giờ 永遠不會

（四）Nghiêm cấm, cấm, đừng, không được
禁止、禁止、不行、不可以

1. Nghiêm cấm, cấm　嚴禁、禁止：

● **Nghiêm cấm** cán bộ công chức sử dụng rượu, bia trong giờ làm việc.
嚴禁幹部、公務人員在工作時間飲酒。

2. Không được　不能、不行、不可以：

● **Không được** hút thuốc lá ở đây nhé!
在這裡不能吸菸哦！

3. Đừng　不要、別：

● Bữa tối **đừng** ăn no quá.
晚餐不要吃太飽。

Bài một 第一課

Bài hai 第二課
Bài ba 第三課
Bài bốn 第四課
Bài năm 第五課
Bài sáu 第六課
Bài bảy 第七課
Bài tám 第八課
Bài chín 第九課
Bài mười 第十課
Bài mười một 第十一課
Bài mười hai 第十二課
Phụ lục 附錄

IV LUYỆN TẬP 練習

（一）TRẢ LỜI CÂU HỎI THEO NỘI DUNG BÀI HỘI THOẠI 根據會話內容回答問題

❶ Thừa Hạo và Đình Nghi bay đi đâu?

_____

_____

❷ Hai người có tất cả bao nhiêu kiện hành lý?

_____

_____

❸ Họ có nhu cầu dán lưu ý nhắc nhở về hàng dễ vỡ không?

_____

_____

❹ Luật pháp Đài Loan quy định cấm mang gì nhập cảnh?

_____

_____

❺ Nếu bị phát hiện vi phạm quy định nhập cảnh sẽ bị phạt thế nào?

_____

_____

❻ Thừa Hạo và Đình Nghi muốn ngồi ở đâu?

_____

_____

（二）ĐẶT CÂU VỚI CÁC TỪ CHỈ TẦN SUẤT SAU　用下列頻率詞造句

luôn luôn	thường xuyên	suốt	đôi khi	hiếm khi

Ví dụ:

không bao giờ

→ Tôi **không bao giờ** nói dối.

❶ luôn luôn

_____

_____

❷ thường xuyên

_____

_____

❸ suốt

_____

_____

❹ đôi khi

_____

_____

❺ hiếm khi

_____

_____

（三）NỐI CỘT A VỚI CỘT B CHO PHÙ HỢP 連結 A 與 B

Bài một 第一課

Bài hai 第二課
Bài ba 第三課
Bài bốn 第四課
Bài năm 第五課
Bài sáu 第六課
Bài bảy 第七課
Bài tám 第八課
Bài chín 第九課
Bài mười 第十課
Bài mười một 第十一課
Bài mười hai 第十二課
Phụ lục 附錄

A	B
❶ Giá anh nghe lời khuyên của tôi,	ⓐ "hôm nay trời lạnh đấy con ơi, ra ngoài nhớ mặc áo ấm nhé".
❷ Mẹ cứ dặn đi dặn lại:	ⓑ nhắc bạn nhớ những việc cần làm.
❸ Ứng dụng Reminder	ⓒ giờ phải làm sao đây.
❹ Bảo em bao nhiêu lần rồi mà không nghe,	ⓓ "em đừng quên tắt điện khi ra khỏi nhà nhé".
❺ Chị gọi điện dặn tôi:	ⓔ thì anh đã không gặp phải sai lầm này.

ĐỌC VÀ TRẢ LỜI CÂU HỎI   閱讀後回答問題

Đoạn văn:

Hàng không luôn là một trong những ngành kinh tế quan trọng hàng đầu được Việt Nam chú trọng trong mọi thời kỳ. Chính vì vậy, nhiều sân bay đã ra đời và đang dần được nâng cấp để đáp ứng nhu cầu di chuyển hàng ngày của người dân.

Có hai loại sân bay ở Việt Nam:

- **Sân bay dân dụng:** Đáp ứng nhu cầu bay thông thường, hiện nay tại Việt Nam có khoảng 12 sân bay quốc tế và 10 sân bay nội địa (không khai thác các chuyến bay quốc tế). Các sân bay dân dụng cũng có một phần dành riêng cho hoạt động quân sự (khi cần). 5 sân bay trọng điểm lần lượt là sân bay Quốc tế Nội Bài (Hà Nội), sân bay Quốc tế Đà Nẵng (Đà Nẵng), sân bay Quốc tế Tân Sơn Nhất (TP. Hồ Chí Minh), sân bay Quốc tế Vân Đồn (Quảng Ninh) và sân bay Quốc tế Phú Quốc (Kiên Giang).

- **Sân bay quân sự:** Các sân bay phục vụ nhu cầu huấn luyện thuần túy của lực lượng phòng không, không quân do Bộ Quốc phòng quản lý. Hiện ở Việt Nam có khoảng 14 sân bay quân sự loại này.

Từ ngữ:	
❶ hàng không　航空	❻ nhu cầu　需求
❷ sân bay dân dụng　民用機場	❼ di chuyển　移動
❸ sân bay quân sự　軍用機場	❽ Nội Bài　內排
❹ sân bay quốc tế　國際機場	❾ Tân Sơn Nhất　新山一
❺ sân bay nội địa　國內機場	❿ hàng đầu　第一

Câu 1: Chọn đáp án đúng 選出正確的答案

Nội dung chính đoạn văn trên là gì:

(A) Giới thiệu những sân bay mới ra đời ở Việt Nam.

(B) Giới thiệu vị trí các sân bay nằm ở đâu.

(C) Giới thiệu tổng quan các sân bay dân sự và quân sự ở Việt Nam.

Câu 2: Dựa vào bài đọc, xác định thông tin đúng (Đ) / sai (S)

閱讀後，判斷是否正確：Đ（正確）/ S（錯誤）

❶ Các sân bay dân sự và quân sự đều do Bộ Quốc phòng quản lý. ☐ Đ ☐ S

❷ Các sân bay quân sự phục vụ nhu cầu huấn luyện của phòng không. ☐ Đ ☐ S

❸ Có tất cả là 12 sân bay dân dụng và 14 sân bay quân sự. ☐ Đ ☐ S

❹ Có 22 sân bay dân dụng bao gồm các sân bay nội địa và sân bay quốc tế. ☐ Đ ☐ S

❺ Hàng không là 1 trong những ngành kinh tế quan trọng nhất được Việt Nam chú trọng trong mọi thời kỳ. ☐ Đ ☐ S

Bài một 第一課

Bài hai 第二課
Bài ba 第三課
Bài bốn 第四課
Bài năm 第五課
Bài sáu 第六課
Bài bảy 第七課
Bài tám 第八課
Bài chín 第九課
Bài mười 第十課
Bài mười một 第十一課
Bài mười hai 第十二課
Phụ lục 附錄

THƠ, THÀNH NGỮ, BÀI HÁT, TRÒ CHƠI DÂN GIAN VÀ TRUYỆN CỔ TÍCH 詩、成語、歌謠、民間遊戲與民間故事

THÀNH NGỮ 成語

走馬看花
ㄗㄡˇ ㄇㄚˇ ㄎㄢˋ ㄏㄨㄚ
Cưỡi ngựa xem hoa

註解：

越化漢越成語：亦說「走馬觀花」，比喻粗略、匆忙地看過，不能仔細地觀察或深入
地了解事物。

Thành ngữ Hán Việt đã được Việt hóa: thành ngữ tiếng Trung thể hiện sự qua loa, sơ sài, không tỉ mỉ quan sát hoặc tìm hiểu sâu về sự vật sự việc. Trong tiếng Việt, câu thành ngữ giữ nguyên ý nghĩa và cách dùng, nhưng thay đổi về âm đọc.

例句：

我雖然去過越南幾次，但都只是**走馬看花**，未曾深入了解那邊居民的生活。

Mặc dù tôi đã đến Việt Nam vài lần nhưng lần nào cũng chỉ như **cưỡi ngựa xem hoa**, chưa tìm hiểu được sâu hơn về cuộc sống của người dân nơi đây.

Bài 2
第二課

Ở NGÂN HÀNG: TỶ GIÁ HÔM NAY LÀ BAO NHIÊU?

在銀行：今天匯率是多少？

Đổi tiền, mở tài khoản, tỷ giá hối đoái ... 換錢、開戶、匯率

補語／副詞＋nào＋主語（動詞）＋cũng. 哪個……都……

Nhân tiện muốn hỏi ông / bà / cô / chú / anh / chị

順便問一下＋第二人稱代名詞

Đổi ... ra ... / Đổi ... thành ... / Đổi ... sang ... 換……成……

Nhân viên:	Chào anh, anh cần gì ạ?
Thừa Hạo:	Chào chị, ở đây có dịch vụ đổi ngoại tệ ra tiền Việt không?
Nhân viên:	Có, anh có yêu cầu gì đặc biệt về mệnh giá tiền Việt không nhỉ?
Thừa Hạo:	Tôi muốn lấy loại tiền 500.000, 100.000 và 50.000 tiền Việt.
Nhân viên:	Anh muốn đổi loại tiền nào và đổi bao nhiêu ạ?
Thừa Hạo:	Tôi cần đổi 800 Đô-la Mỹ.
Nhân viên:	Tiền của anh đây ạ, anh kiểm tra lại giúp.
Thừa Hạo:	Vâng, đủ rồi chị ạ. À, tôi còn muốn đổi thêm Đài tệ sang Việt Nam đồng, hôm nay tỷ giá Đài tệ mua vào bán ra như thế nào hả chị?
Nhân viên:	Hôm nay, 1 Đài tệ đổi được 784 đồng Việt Nam. Anh muốn đổi bao nhiêu ạ?
Thừa Hạo:	Tôi cần đổi thêm 20.000 Đài tệ.

Nhân viên:	Vâng, vậy xin anh điền tiếp thông tin vào biểu mẫu này và ký tên đầy đủ.
Thừa Hạo:	Tôi điền xong rồi, chị xem lại giùm.
Nhân viên:	Cảm ơn anh, tiền của anh đây, xin anh kiểm tra lại số tiền cho đủ.
Thừa Hạo:	À nhân tiện muốn hỏi chị, tôi muốn làm thẻ rút tiền thì thủ tục thế nào?
Nhân viên:	Anh đã mở tài khoản chưa?
Thừa Hạo:	Chưa chị ạ.
Nhân viên:	Vậy anh lấy biểu mẫu ở đằng kia và xem kỹ nhé!
Thừa Hạo:	Tôi có thể rút tiền mặt từ máy ATM ở các ngân hàng nào nhỉ?
Nhân viên:	Ngân hàng nào cũng rút được, anh ạ.
Thừa Hạo:	Cảm ơn chị nhé. Nhân tiện, chị có thể cho tôi xin thông tin lãi suất của ngân hàng mình, được không ạ?
Nhân viên:	Đây, mời anh tham khảo.

Bài một 第一課
Bài hai 第二課
Bài ba 第三課
Bài bốn 第四課
Bài năm 第五課
Bài sáu 第六課
Bài bảy 第七課
Bài tám 第八課
Bài chín 第九課
Bài mười 第十課
Bài mười một 第十一課
Bài mười hai 第十二課
Phụ lục 附錄

職員：　您好，請問您需要什麼？

承浩：　您好，請問這裡有外幣換成越南盾的服務嗎？

職員：　有的，您對越南盾的面額有什麼特殊要求嗎？

承浩：　我想拿到 500,000、100,000 和 50,000 的越南盾。

職員：　您想要用哪一種貨幣來換以及要換多少呢？

承浩：　我要換 800 美金。

職員：　這是您的錢，請查收。

承浩：　是的，剛剛好。哦，我還想多把一點臺幣換成越南盾，今天臺幣買進賣出的匯率怎麼樣？

職員：　今天 1 元臺幣可以換成 784 越南盾。您想換多少？

承浩：　我需要再換新臺幣 20,000 元。

職員：　好的，那麼請您在此表格上填寫完整資訊並簽全名。

承浩：　我已經填完了，請再檢查一下。

職員：　謝謝，這是您的錢，請檢查金額是否足額。

承浩：　順便問一下，如果我想辦提款卡，需要辦什麼手續呢？

職員：　您開戶了嗎？

承浩：　還沒有。

職員：　那麼請您到那邊拿取表格樣本然後仔細看！

承浩：　我可以在哪些銀行的 ATM 機器上提款？

職員：　您可以從任何銀行提款。

承浩：　謝謝。順便（問一下），是否可以給我您銀行的利率資訊？

職員：　在這裡，請您參考。

II TỪ VỰNG 詞彙

❶ ngoại tệ 外幣

❷ tiền mặt 現金

❸ yêu cầu 要求

❹ đặc biệt 特別的

❺ mệnh giá 面值、面額（錢）

❻ tiền Việt 越南盾

❼ loại tiền 不同面額的現金、錢的種
　　　　　　類、貨幣

❽ giúp, hộ, giùm 幫助

❾ đủ 足夠的

❿ đổi 換

⓫ Đài tệ 新臺幣

⓬ tỷ giá 匯率

⓭ mua vào bán ra 買進賣出

⓮ điền thông tin 填寫資料

⓯ mẫu 表格、樣本

⓰ ký tên đầy đủ 簽名（簽全名）

⓱ nhân tiện muốn hỏi 順便問一下

⓲ thẻ rút tiền 提款卡

⓳ thủ tục 手續

⓴ mở tài khoản 開帳戶

㉑ xem kỹ 仔細看

㉒ máy ATM 自動提款機

III CHÚ THÍCH NGỮ PHÁP 文法解釋

（一）補語 / 副詞 + nào + 主語（動詞）+ cũng　哪個……都……

- Ngân hàng **nào cũng** có dịch vụ đổi tiền.
  哪一家銀行都有換錢的服務。

- Nước **nào cũng** có người bị mắc Covid.
  哪一個國家都有人確診新冠肺炎。

（二）Nhân tiện muốn hỏi ông / bà / cô / chú / anh / chị
順便問一下 + 第二人稱代名詞

- **Nhân tiện muốn hỏi chị**, gần đây có ngân hàng không?
  姊姊，順便問一下，這附近有銀行嗎？

- **Nhân tiện muốn hỏi em**, học tiếng Việt được bao lâu rồi mà nói tốt thế?
  順便問一下，你學習越南語多久了才說得那麼好？

（三）Đổi ... ra ... / Đổi ... thành ... / Đổi ... sang ...
換……成……

- Tôi muốn **đổi** Đài Tệ **ra** tiền Việt.
  我想把臺幣換成越南盾。

- Tôi muốn **đổi** Đô-la Mỹ **thành** tiền Yên.
  我想把美金換成日幣。

IV LUYỆN TẬP 練習

(一) TRẢ LỜI CÂU HỎI THEO NỘI DUNG BÀI HỘI THOẠI 根據會話內容回答問題

❶ Thừa Hạo muốn đổi bao nhiêu Đô-la Mỹ ra tiền Việt?

_____

_____

❷ Thừa Hạo muốn đổi thành các loại mệnh giá bao nhiêu?

_____

_____

❸ Tỷ giá Đài tệ mà Thừa Hạo đổi sang đồng Việt Nam là bao nhiêu?

_____

_____

❹ Thừa Hạo muốn đổi bao nhiêu tiền Đài tệ?

_____

_____

❺ Ở ngân hàng nào có thể rút tiền mặt ở máy ATM?

_____

_____

❻ Thử tính xem Thừa Hạo đổi 20.000 Đài tệ được bao nhiêu tiền Việt Nam?

_____

_____

（二）NỐI CỘT A VỚI CỘT B CHO PHÙ HỢP　連結 A 與 B

A	B
❶ Khi muốn đổi tiền Việt sang ngoại tệ, bạn cần chuẩn bị	ⓐ hay còn được gọi là máy ATM.
❷ Máy rút tiền tự động	ⓑ giao dịch mua bán, trao đổi ngoại tệ.
❸ Hiện nay có rất nhiều ngân hàng	ⓒ hộ chiếu, visa nước bạn đến và tiền Việt.
❹ Ngân hàng nào ở thành phố này	ⓓ hình như đều miễn phí.
❺ Ở Đài Loan, dịch vụ đổi tiền mới ở các ngân hàng	ⓔ tôi cũng đã từng đến.

（三）CHUYỂN CÁC CÂU SAU THEO MẪU　根據範例改寫下列句子

Ví dụ:

Mỗi tuần, chúng tôi đều có 3 tiết học tiếng Việt ở đại học Đài Loan

→ Tuần **nào** chúng tôi **cũng** có 3 tiết học tiếng Việt ở đại học Đài Loan.

❶ Hàng năm, gia đình chúng tôi đều về Việt Nam thăm bà ngoại.

_____

❷ Hàng ngày, chúng tôi đều làm bài tập đến khuya.

_____

❸ Hàng tháng, em đều đến ngân hàng, phải không?

_____

❹ Hàng tuần, chúng tôi đều hẹn nhau đi xem phim và uống cà phê.

_____

❺ Mỗi tối, tôi đều chạy bộ hơn 3 km.

_____

Bài một 第一課
Bài hai 第二課
Bài ba 第三課
Bài bốn 第四課
Bài năm 第五課
Bài sáu 第六課
Bài bảy 第七課
Bài tám 第八課
Bài chín 第九課
Bài mười 第十課
Bài mười một 第十一課
Bài mười hai 第十二課
Phụ lục 附錄

（四）THỰC HÀNH VIẾT CÁC CÂU THEO MẪU SAU　依照範例造句

Ví dụ:

ngoại tệ / 1 ít / tôi / muốn mua / chào chị

→ Chào chị, tôi muốn mua một ít ngoại tệ.

❶ mẫu này /xin / trước tiên / điền / anh / vào

_____

_____

❷ gửi / tôi / muốn / này / tiền / vào / tài khoản

_____

_____

❸ đồng Việt Nam / hôm nay / tỷ giá / Đài tệ / và / thế nào

_____

_____

❹ tỷ giá / 500 đô la / tôi / ra tiền Việt / thế nào / hôm nay / muốn đổi

_____

_____

❺ muốn / hỏi chị / bao nhiêu / nhân tiện / hôm nay / tỷ giá / đồng Euro / là

_____

_____

V BÀI ĐỌC 閱讀

ĐỌC VÀ TRẢ LỜI CÂU HỎI　閱讀後回答問題

Đoạn văn:

Vietcombank là ngân hàng thương mại lớn nhất Việt Nam, và cũng là công ty lớn nhất trên thị trường chứng khoán Việt Nam. Tên gọi đầy đủ của Vietcombank là Ngân hàng Thương mại cổ phần Ngoại thương Việt Nam. Được thành lập vào năm 1963, đến nay chiến lược phát triển của Vietcombank là:

- Tiếp tục đổi mới và hiện đại hóa một cách toàn diện mọi mặt hoạt động, bắt kịp trình độ khu vực và quốc tế.

- Mở rộng các lĩnh vực hoạt động theo cả chiều rộng lẫn chiều sâu.

Dịch vụ thanh toán quốc tế là hoạt động mạnh nhất của Vietcombank, ở Việt Nam, Vietcombank là ngân hàng thương mại đầu tiên tham gia hệ thống thanh toán SWIFT * (Hiệp hội Viễn thông tài chính liên ngân hàng toàn cầu). Trong nhiều năm qua, Vietcombank được đánh giá là ngân hàng có quy mô sử dụng mạng SWIFT lớn nhất, và chất lượng thanh toán SWIFT tốt nhất.

Từ ngữ:

❶ thương mại　貿易、商業

❷ thị trường chứng khoán
　股票市場、股市

❸ hiện đại hóa　現代化

❹ cổ phần　股份

❺ chiến lược phát triển　發展策略

❻ dịch vụ　服務

❼ thanh toán　付款、清算、支付

❽ quy mô　規模

❾ đánh giá　（被）評估、評價

❿ chiều rộng　寬度
　chiều sâu　深度

*SWIFT Society for Worldwide Interbank Financial Telecommunications. Hiệp hội Viễn thông tài chính liên ngân hàng toàn cầu.　環球銀行金融電信協會。

Câu 1: Chọn đáp án đúng 選出正確的答案

Nội dung chính đoạn văn trên là gì:

(A) Giới thiệu về dịch vụ thanh toán quốc tế SWIFT của Ngân hàng Ngoại thương Việt Nam.

(B) Giới thiệu về Ngân hàng Thương mại cổ phần Ngoại thương Việt Nam.

(C) Vietcombank là ngân hàng đầu tư lớn nhất Việt Nam.

Câu 2: Trả lời câu hỏi 回答問題

❶ Vietcombank có tên gọi đầy đủ là gì?

_____

_____

❷ Chiến lược phát triển của Vietcombank thế nào?

_____

_____

❸ Tính đến nay Vietcombank đã có bao nhiêu năm ra đời và phát triển?

_____

_____

❹ Hoạt động mạnh nhất của Vietcombank là dịch vụ gì?

_____

_____

❺ Ở Việt Nam, Vietcombank được đánh giá là ngân hàng thế nào?

_____

_____

THƠ, THÀNH NGỮ, BÀI HÁT, TRÒ CHƠI DÂN GIAN VÀ TRUYỆN CỔ TÍCH　詩、成語、歌謠、民間遊戲與民間故事

THÀNH NGỮ　成語

百發百中
ㄅㄞˇ ㄈㄚ ㄅㄞˇ ㄓㄨㄥˋ
Bách phát bách trúng

註解：

原型漢越成語：本指人射擊技藝高妙，後用來比喻料事如神，每出必中。

Thành ngữ Hán Việt nguyên dạng: thành ngữ tiếng Trung vốn chỉ những xạ thủ có kỹ năng điêu luyện bắn phát nào trúng phát đấy. Sau này dùng để khen ngợi những người làm việc gì cũng đạt kết quả như ý muốn và thành công. Trong tiếng Việt có 2 dạng đồng nghĩa được dùng song song: "bách phát bách trúng" và "trăm phát trăm trúng".

例句：

年輕朋友找工作想要**百發百中**，必須有優秀的學習成績、良好的處事能力以及自信的態度。

Các bạn trẻ muốn xin việc **bách phát bách trúng** thì phải có thành tích học tập xuất sắc, kỹ năng ứng xử tốt và phong thái tự tin.

MÁY VI TÍNH: CÓ KHẢ NĂNG FILE NÀY ĐÃ BỊ NHIỄM VIRUS

電腦： 這個檔案有可能感染病毒了

Những từ liên quan đến máy tính và công nghệ thông tin
與電腦和資訊科技相關的詞彙

Cách đọc phân số, phần trăm, phần nghìn
分數、百分號、千分號的讀法

主語 ＋ 動詞 ＋ ra / thấy / được　表示動作的結果

không xuể / không nổi　……不完 / ……不了

Hình như ... thì phải　好像……就是……

Đình Nghi:	Anh Thừa Hạo ơi, máy vi tính của em hình như có vấn đề thì phải. Khi em đang gõ văn bản thì bàn phím bị đơ ra, gõ không nổi, chuột cũng không dùng được.
Thừa Hạo:	Thế nó lại bị làm sao, máy tính xách tay hay máy để bàn?
Đình Nghi:	Máy để bàn ạ.
Thừa Hạo:	Mới mua mà sao suốt ngày trục trặc thế, em tắt nguồn rồi khởi động lại xem.
Đình Nghi:	Em thử làm rồi mà vẫn không được anh ạ.
Thừa Hạo:	Em kiểm tra xem chuột còn pin không?
Đình Nghi:	À, hóa ra là chuột và bàn phím không dây sắp hết pin, hình như pin cũng chỉ còn dưới 2%. Em đi thay pin ngay đây.

...

Đình Nghi:	Chết rồi, em lại mới phát hiện ra tệp văn bản này không mở nổi. Tối qua em vẫn gõ được văn bản bình thường mà.

Thừa Hạo: Đợi lát nữa anh xem, có khả năng file này đã bị nhiễm virus nên nó bị như vậy.

Đình Nghi: Hic ... sao số em đen thế nhỉ?

                                  …

Đình Nghi: Mật mã Wi-Fi mới ở đây là như thế nào anh nhỉ?

Thừa Hạo: Em cứ nhập số di động của anh là được.

Đình Nghi: Anh xem luôn hộ em được không? Vì em mới nhớ ra em cần trả lời Email gấp cho trường.

Thừa Hạo: Anh đang bận chuẩn bị PPT cho buổi họp công ty ngày mai, đợi anh một lát đã.

Thừa Hạo: Anh đã kiểm tra rồi, là do khi khởi động Microsoft Word, em đã để chế độ Safe mode, để anh xử lý nhé.

Đình Nghi: Cảm ơn anh nhiều nhé, anh đúng là vị cứu tinh của em đấy!

Bài một 第一課
Bài hai 第二課
Bài ba 第三課
Bài bốn 第四課
第五課
Bài sáu 第六課
Bài bảy 第七課
Bài tám 第八課
Bài chín 第九課
Bài mười 第十課
Bài mười một 第十一課
Bài mười hai 第十二課
Phụ lục 附錄

亭宜：　承浩哥，我的電腦好像有什麼問題，我在打字的時候鍵盤卡住了，沒辦法輸入，滑鼠也沒辦法用。

承浩：　它又怎麼了？是筆記型電腦還是桌上型電腦呢？

亭宜：　是桌上型電腦。

承浩：　明明電腦才剛買，為什麼一直故障，妳關機然後重開看看。

亭宜：　哥我已經試過了，但還是不行。

承浩：　妳檢查看看滑鼠有沒有電。

亭宜：　啊！原來是無線鍵盤跟滑鼠快沒電了，電池好像只剩下不到 2%，我馬上去換電池。

　　　　……

亭宜：　完蛋了，我剛剛又發現這個文件夾打不開，明明昨天晚上我還能正常輸入文字。

承浩：　等一下，我來看看，這個文件有可能中毒了才會這樣。

亭宜：　嗚嗚……為什麼我的運氣那麼差啊？

　　　　……

亭宜：　哥，這裡新的 Wi-Fi 密碼是什麼啊？

承浩：　妳輸入我的手機號碼就好了。

亭宜：　我剛剛才想起我需要回覆一份學校的緊急郵件，哥你可以馬上幫我看一下嗎？

承浩：　我正忙著準備明天公司會議的簡報，先等我一下……

承浩：　我已經檢查過了，有可能是當妳啟動 Microsoft Word 時，設定成安全模式了，我來處理。

亭宜：　非常感謝你，你真的是我的救命恩人（救星）！

❶ máy vi tính, máy tính 電腦

❷ máy tính xách tay, laptop
筆記型電腦、手提電腦

❸ máy tính để bàn, pc 桌上型電腦

❹ có vấn đề 有問題

❺ sao, tại sao, vì sao, mà sao
為什麼、為何

❻ suốt ngày 一直、常常、整天

❼ trục trặc 故障

❽ tắt nguồn 關機

❾ khởi động 啟動

❿ (con) chuột (máy tính) 滑鼠

⓫ sạc pin 充電

⓬ thay pin 換電池

⓭ phát hiện (ra) 發現

⓮ tệp văn bản 文件夾

⓯ gõ văn bản 輸入文字

⓰ làm cho, khiến cho
使、使得、讓、引起

⓱ có khả năng 有可能

⓲ nhiễm virus 中毒

⓳ thành ra như vậy 變成這樣

⓴ mật mã Wi-Fi 無線網路密碼

㉑ luôn, ngay 馬上、立刻

㉒ nhớ ra 想起

㉓ trả lời Email 回覆電子郵件

㉔ gấp 緊急的

㉕ bận, bận rộn 忙、忙碌

㉖ PPT 簡報

㉗ buổi họp 會議

㉘ xử lý 處理

Bài một 第一課
Bài hai 第二課
Bài ba 第三課
Bài bốn 第四課
Bài năm 第五課
Bài sáu 第六課
Bài bảy 第七課
Bài tám 第八課
Bài chín 第九課
Bài mười 第十課
Bài mười một 第十一課
Bài mười hai 第十二課
Phụ lục 附錄

Ⅲ CHÚ THÍCH NGỮ PHÁP 文法解釋

（一）Cách đọc phân số, phần trăm, phần nghìn 分數、百分號、千分號的讀法

- 2/3：hai phần ba 三分之二
- 10%：mười phần trăm 百分之十（先唸數字，再唸 %）
- 10‰：mười phần nghìn 千分之十（先唸數字，再唸 ‰）

（二）主語 + 動詞 + ra / thấy / được 表示動作的結果

　　僅有一些具體的動詞才能跟「ra」、「thấy」、「được」搭配，例如「nghĩ ra」（想起來）、「hiểu ra」（瞭解、理解）、「nhận ra」（意識到、認得出來）、「tìm ra」（查、找出）、「nhớ ra / phát hiện ra」（想起、發現）。

1. ra：通常會跟以下動詞結合

① nghĩ 想：

- Trong giờ kiểm tra, em đã làm sai một bài tập, nhưng mãi đến khi về nhà em mới **nghĩ ra**.
  考試的時候，我做錯了一題，但是直到回家我才想起來。

② hiểu 瞭解、理解：

- Cô giải thích một lúc, em mới **hiểu ra** nghĩa của từ "tải xuống".
  老師解釋了一會兒，我才瞭解「下載」這兩個字的意思。

③ nhận 意識到：

- Cùng một thời gian chat với mấy người bạn, sau một lúc tôi mới **nhận ra** mình đã chat nhầm cửa sổ.
  當我和一些朋友同時線上聊天時，過了一會兒我才發現自己在錯誤的視窗聊天。

④ tìm 查、找：

- Tôi đã **tìm ra** thông tin về lớp học tiếng Việt trên mạng.
  我在網路上找到了有關越南語課程的訊息。

⑤ nhớ 記得：

- Trong lúc vội, tôi đã không **nhớ ra** mình đã ghi địa chỉ Email của người bạn
  mới quen ở đâu.
  在匆忙中，我不記得在哪裡記下了剛認識的朋友的電子郵件地址。

⑥ phát hiện 發現：

- Các nhà khoa học mới **phát hiện ra** một loại virus mới có thể lây từ động
  vật sang người.
  科學家們剛發現了一種可以從動物傳染給人類的新病毒。

2. thấy：通常會跟以下的動詞結合

① nhìn 看：

- Dù nói đã đi ngủ rồi, nhưng tôi vẫn **nhìn thấy** bạn ấy đang nói chuyện với
  mọi người trên mạng.
  雖然（她）說已經睡了，但我仍然看到她在網上和大家聊天。

② nghe 聽：

- Tôi **nghe thấy** tiếng còi xe cứu thương suốt đêm qua.
  我昨天晚上一直聽到救護車的鳴笛聲。

③ tìm 查、找：

- Tôi đã **tìm thấy** địa chỉ mấy trang mạng về ẩm thực.
  我找到了一些美食網站的網址。

④ nhận 意識到：

- Ông ấy **nhận thấy**, việc học thêm ngoại ngữ có thể giúp cho não bộ hoạt
  động tốt hơn.
  他發現多學外語可以幫助腦部更好地運作。

Bài một 第一課
Bài hai 第二課
Bài ba 第三課
Bài bốn 第四課
Bài năm 第五課
Bài sáu 第六課
Bài bảy 第七課
Bài tám 第八課
Bài chín 第九課
Bài mười 第十課
Bài mười một 第十一課
Bài mười hai 第十二課
Phụ lục 附錄

3. được：可與大部分的動詞搭配

● Tôi đã **tìm được** một quán cà phê khá đẹp, cuối tuần này chúng ta cùng đến đó nhé!

我找到了一家滿漂亮的咖啡店，這個週末我們一起到那裡去哦！

（三）không xuể / không nổi ⋯⋯不完 / ⋯⋯不了

1. không xuể：無法完成什麼事，因為數量或容量太大。

> 主語 + 動詞 + không xuể
> 主語 + không + 動詞 + xuể

● Chị ấy sưu tập rất nhiều túi đồ hiệu, đếm **không xuể**.

Chị ấy sưu tập rất nhiều túi đồ hiệu, **không** đếm **xuể**.

她蒐集很多名牌包，多到數不完。

2. không nổi：無法做什麼事，因為那件事太難。

> 主語 + 動詞 + không nổi
> 主語 + không + 動詞 + nổi

● Vấn đề này phức tạp quá, anh ấy giải quyết **không nổi**.

Vấn đề này phức tạp quá, anh ấy **không** giải quyết **nổi**.

此問題太複雜，他解決不了。

（四）Hình như ... thì phải 好像⋯⋯就是⋯⋯

此句型用來表達「猜測」之意。

● Nghe giọng tiếng Trung của chị **hình như** chị là người Việt Nam **thì phải**.

聽你講中文的口音，好像你就是越南人。

第一課 Bài một

第二課 Bài hai

第三課 Bài ba

第四課 Bài bốn

第五課 Bài năm

第六課 Bài sáu

第七課 Bài bảy

第八課 Bài tám

第九課 Bài chín

第十課 Bài mười

第十一課 Bài mười một

第十二課 Bài mười hai

附錄 Phụ lục

IV LUYỆN TẬP 練習

（一）TRẢ LỜI CÂU HỎI THEO NỘI DUNG BÀI HỘI THOẠI 根據會話內容回答問題

❶ Đình Nghi dùng loại máy vi tính nào?

_____

_____

❷ Máy tính của Đình Nghi bị làm sao?

_____

_____

❸ Tại sao tệp văn bản không mở ra được?

_____

_____

❹ Mật mã Wi-Fi ở nơi mà Đình Nghi muốn hỏi là thế nào?

_____

_____

❺ Vì sao Thừa Hạo không xem ngay tệp văn bản cho Đình Nghi?

_____

_____

（二）CHỌN TỪ THÍCH HỢP ĐIỀN VÀO CHỖ TRỐNG
選出適合的詞彙填空

trang mạng	máy tính xách tay	đăng nhập	chat	mật mã

❶ Bạn ấy rất thích lên mạng _____ với mọi người.

❷ Mạng Internet hình như có vấn đề, em không thể _____ được.

❸ _____ Wi-Fi ở đây là bao nhiêu chị ơi?

❹ Đây là top 10 các _____ phổ biến nhất hiện nay ở Việt Nam.

❺ _____ hay laptop là một chiếc máy tính cá nhân nhỏ gọn có thể mang xách được.

（三）DÙNG "XUỂ" VÀ "NỔI" HOÀN THÀNH CÁC CÂU SAU
用「XUỂ」與「NỔI」完成下列句子

❶ Sao nhiều tiền giấy thế này, tôi đếm không _____ .

❷ Vấn đề này rất phức tạp, tôi không hiểu _____ .

❸ Trong lớp ồn quá, chúng tôi không nghe _____ thầy giáo nói gì.

❹ Hàng ngày, tôi nhận được rất nhiều Email, tôi đọc không _____ .

❺ Chưa bao giờ nhà hàng đông khách thế này, nhân viên phục vụ không _____ .

（四）NỐI CỘT A VỚI CỘT B CHO PHÙ HỢP　連結 A 與 B

A	B
❶ Máy tính của tôi không thể khởi động được,	ⓐ trên máy tính.
❷ Hiện nay rất nhiều thành phố của Việt Nam đã có Wi-Fi miễn phí,	ⓑ thường ổn định không?
❸ Anh trai tôi cần mua một máy tính mới	ⓒ tôi cần mang máy tính đi sửa.
❹ Mạng Internet ở đây có	ⓓ ví dụ như: Hội An, Hạ Long, thành phố Hồ Chí Minh và Hà Nội ...
❺ Làm thế nào để thay đổi mật khẩu	ⓔ để đáp ứng nhu cầu công việc của anh ấy.

Bài một 第一課
Bài hai 第二課
Bài ba 第三課
Bài bốn 第四課
Bài năm 第五課
Bài sáu 第六課
Bài bảy 第七課
Bài tám 第八課
Bài chín 第九課
Bài mười 第十課
Bài mười một 第十一課
Bài mười hai 第十二課
Phụ lục 附錄

（五）SẮP XẾP CÁC TỪ THEO MẪU SAU
依照範例重新排列單字

Ví dụ:

bạn / gì / có nghe thấy / mình / nói / không

→ Bạn có nghe thấy mình nói gì không?

❶ gì cả / chẳng / nhìn thấy / tôi / xin lỗi

_____

❷ anh / chìa khóa / chưa? / tìm thấy / đã / để ở đâu

_____

❸ đã / mình / nhớ ra / bạn / là gì / rồi / tên

_____

❹ tôi / cũng đã / vấn đề này / cuối cùng / hiểu ra

_____

❺ phát hiện ra / các nhà khoa học / virus mới / 1 loại

_____

Ⅴ BÀI ĐỌC 閱讀

ĐỌC VÀ TRẢ LỜI CÂU HỎI 閱讀後回答問題

Đoạn văn:

Ngày nay, Internet vô cùng phổ biến, nhà nhà sử dụng Internet, người người sử dụng Internet.

Internet tồn tại ở nhiều dạng khác nhau như Wi-Fi, mạng di động, con người có thể thuận tiện sử dụng Internet ở bất cứ đâu, bất cứ khi nào, hoàn cảnh nào.

Internet được con người sử dụng rộng rãi hiện nay bao gồm: mạng xã hội (Facebook, Zalo, Instagram ...), Google, YouTube ... để phục vụ nhu cầu học tập, giải trí, công việc ...

Mặt trái của việc sử dụng Internet hiện nay phải kể đến đó chính là con người lãng phí quá nhiều thời gian cho Internet mà không còn quan tâm đến những hoạt động bên ngoài: thay vì ra ngoài họ lại ngồi ở nhà chơi game, lên mạng.

Việc sử dụng Internet quá nhiều vô hình tạo ra khoảng cách giữa con người ngày càng lớn.

Tuy nhiên Internet mang lại cho chúng ta nhiều lợi ích: nó giúp chúng ta liên lạc, kết nối với những người bạn ở xa, trên mạng cũng có rất nhiều thông tin hữu ích mà con người có thể tra cứu ở mọi nơi.

Từ ngữ:

❶ phổ biến　普遍的

❷ thuận tiện　方便的

❸ hoàn cảnh　環境

❹ nhu cầu　需求

❺ lãng phí　浪費

❻ vô hình　隱形的

❼ lợi ích　好處

❽ liên kết, kết nối　連結、連接

❾ hữu ích　有益

❿ mọi nơi　到處

Câu 1: Chọn đáp án đúng　選出正確的答案

Nội dung chính đoạn văn trên là gì:

(A) Ai cũng thích sử dụng Internet.

(B) Những lợi ích và những mặt trái của việc sử dụng Internet.

(C) Internet tồn tại ở những dạng nào.

Câu 2: Trả lời đúng sai　回答正確或錯誤

❶　Mọi người chỉ sử dụng Internet ở nhà.　Đ　S

_____

❷　Mạng xã hội phục vụ cho rất nhiều nhu cầu của con người.　Đ　S

_____

❸　Con người không lãng phí thời gian cho Internet.　Đ　S

_____

❹　Việc sử dụng Internet quá nhiều làm con người không quan tâm đến những hoạt động bên ngoài.　Đ　S

_____

❺　Có thể liên lạc kết nối với những người ở xa qua Internet.　Đ　S

_____

第一課 Bài một
第二課 Bài hai
第三課 Bài ba
第四課 Bài bốn
第五課 Bài năm
第六課 Bài sáu
第七課 Bài bảy
第八課 Bài tám
第九課 Bài chín
第十課 Bài mười
第十一課 Bài mười một
第十二課 Bài mười hai
附錄 Phụ lục

VI KHÁM PHÁ VĂN HÓA VIỆT NAM

認識越南文化

THƠ, THÀNH NGỮ, BÀI HÁT, TRÒ CHƠI DÂN GIAN VÀ TRUYỆN CỔ TÍCH 詩、成語、歌謠、民間遊戲與民間故事

TRÒ CHƠI DÂN GIAN 民間遊戲

THẢ DIỀU

Thả diều là một trò chơi thi vị, đồng thời là nét đẹp trong văn hóa truyền thống của Việt Nam. Diều được làm bằng giấy hay vải mỏng dán trên khung tre hoặc nhựa với hình dáng, màu sắc khác nhau. Khi có gió, người chơi thả cho diều nương theo chiều gió mà bay lên, còn họ nắm sợi dây để điều chỉnh độ cao, lựa chiều gió cho diều bay ổn định. Thả diều là trò chơi được yêu thích không những của trẻ nhỏ mà còn của cả người lớn. Ở Việt Nam, hình ảnh chú bé ngồi trên lưng trâu thổi sáo và thả diều là biểu tượng của sự thanh bình rất quen thuộc trong các tranh vẽ dân gian.

放風箏

放風箏是一種詩情畫意的遊戲，同時也具有越南民族傳統文化的風采。風箏是用薄薄的紙張或布料，黏貼在竹子或塑膠框架上，從而形成不同的形狀與色彩。當風吹來時，人們放起風箏，使它隨風飛揚，並抓住繫於其上的細繩，藉以調整高度、順著風向維持穩定。放風箏是小孩與大人均喜歡的遊戲。在越南，小孩坐在牛背上一面吹笛子一面放風箏，是民間繪畫展現清平盛世的慣用象徵。

Memo

Bài 4
第四課

HỌC TẬP: EM SẮP SANG VIỆT NAM DU HỌC RỒI ĐẤY
學習：
我即將要去越南留學了

Do / Nhờ A mà / nên B　由於 A 而 B

Định / dám / toan ＋ 動詞　打算 / 敢 / 本來 ＋ 動詞

Trở thành ＋ 名詞 ; trở nên ＋ 形容詞　成為 ＋ 名詞 ; 變得 ＋ 形容詞

Bao nhiêu là ＋ 名詞　很多、太多 ＋ 名詞

Tuy A nhưng vẫn B　儘管 A，但還是 B

Mặc dù A nhưng vẫn B　雖然 A，但還是 B

Dù A nhưng vẫn B　雖然 A，但還是 B

Thừa Hạo gọi điện thoại cho Hải Anh

Thừa Hạo: A-lô, chị Hải Anh ơi. Em Thừa Hạo đây. Chị đang làm gì thế?

Hải Anh: Thừa Hạo đấy à? Chị đang định đi giặt quần áo. Tuần này, chị bận quá, bao nhiêu là quần áo chưa giặt. Em vẫn khỏe chứ? Học hành thế nào rồi?

Thừa Hạo: Em vẫn khỏe, học hành bình thường ạ. À, em sắp sang Việt Nam du học rồi đấy.

Hải Anh: Thật không? Em dám sang Việt Nam du học à? Em hướng nội lắm mà!

Thừa Hạo: Nhờ bố mẹ động viên, em cũng trở nên dũng cảm hơn. Hơn nữa, em cũng muốn trở thành một doanh nhân nên em sẽ cố gắng học để giao tiếp tốt với người Việt.

Hải Anh: Em chị 18 tuổi rồi, đúng là trở nên khôn lớn thật rồi. Thế, em định học ở đâu?

Thừa Hạo:	Em sẽ học ở Khoa Việt Nam học và Tiếng Việt, Trường Đại học Khoa học Xã hội và Nhân văn Hà Nội. Tuy em chỉ biết giao tiếp tiếng Việt cơ bản nhưng vẫn học được chị ạ.
Hải Anh:	Vậy, em sẽ học trình độ trung cấp à?
Thừa Hạo:	Khoa sẽ thiết kế cho em một khóa học phát âm trước. Giảng viên không những giúp em chỉnh sửa phát âm cho chuẩn, mà còn dạy em nhận biết mặt chữ và cách ghép vần nữa. Sau đó, em sẽ đăng ký học chương trình tiếng Việt trình độ B.
Hải Anh:	Thế thì tốt quá! Mặc dù em nói nhanh nhưng do phát âm của em vẫn chưa rõ nên có lúc, chị cũng không nghe hiểu, mà không biết giúp em thế nào. Em học phát âm có lâu không?
Thừa Hạo:	Hi hi, em còn chưa biết viết và biết đọc nên vừa học lại phát âm vừa luyện tập. Sau đó, em học thêm 6 tháng nữa, em tin mình sẽ thi đỗ vào khoa Việt Nam học.
Hải Anh:	Ừ, chị thấy em về Việt Nam học là hợp lý đấy. Vì ở Việt Nam, em không chỉ có môi trường bản ngữ mà còn có cơ hội tìm hiểu sâu hơn về văn hóa và con người quê hương của mẹ.

Bài một 第一課
Bài hai 第二課
Bài ba 第三課
Bài bốn 第四課
Bài năm 第五課
Bài sáu 第六課
Bài bảy 第七課
Bài tám 第八課
Bài chín 第九課
Bài mười 第十課
Bài mười một 第十一課
Bài mười hai 第十二課
Phụ lục 附錄

承浩打電話給海英

承浩：　喂，海英姊。我是承浩。妳在做什麼？

海英：　是承浩啊？我正要去洗衣服。這週我太忙了，好多衣服還沒洗。你還好吧？學習怎麼樣了？

承浩：　我還好，學習也普通。啊，對了，我即將要去越南留學了。

海英：　真的嗎？你敢到越南留學嗎？你那麼內向！

承浩：　因為有父母的鼓勵，我也變得更勇敢了。而且，我也想成為一位企業家，所以我會努力學習，與越南人更好地溝通。

海英：　我的弟弟已經 18 歲了，真的長大懂事了。那麼，你打算在哪裡學習？

承浩：　我將在河內人文社會科學大學的越南學與越南語系上課。雖然我只會用基本的越南語溝通，但還是可以上課。

海英：　那麼，你會上中級程度的越南語嗎？

承浩：　系辦將先為我設計一個學習發音的課程。講師不僅會幫我把發音修正到標準，還會教我認識字母和拼音法。這之後，我會報名中級越南語課程。

海英：　那樣太好了！雖然你講話講得很快，但由於你的發音還不是很清楚，所以有的時候我也聽不懂，但卻不知道怎麼幫你。你上發音課很久了嗎？

承浩：　嘻嘻，我還不會寫與閱讀，所以一邊在重新學發音一邊在練習。然後，我會繼續學六個月，相信我會考上越南學系。

海英：　嗯，我覺得你來越南學習是很合理的。因為在越南，你不僅有越南當地語言的環境，還有機會深入了解自己母親家鄉的文化與人民。

II TỪ VỰNG 詞彙

❶ học hành　學習

❷ du học　出國留學

❸ hướng nội　內向的

❹ hướng ngoại　外向的

❺ động viên　鼓勵、支持

❻ dũng cảm　勇敢的

❼ doanh nhân　企業家、商人

❽ giao tiếp　交流、溝通

❾ khôn lớn　長大

❿ Khoa Việt Nam học và　越南學與
　 Tiếng Việt　越南語系

⓫ Trường Đại học Khoa　人文社會
　 học Xã hội và Nhân văn　科學大學

⓬ cơ bản　基礎的

⓭ khóa học phát âm　發音課程

⓮ chỉnh sửa　改正、修正

⓯ ghép vần　拼音

⓰ mặt chữ　字面意思

⓱ đăng ký　報名、登記

⓲ nhận biết　認識、知道

⓳ trình độ　程度

⓴ chương trình　課程、節目

㉑ môi trường bản ngữ
　 當地語言的環境、本土語言的環境

Ⅲ CHÚ THÍCH NGỮ PHÁP　文法解釋

（一）Do / Nhờ A mà / nên B　由於 A 而 B

　　表示因果關係，「Nhờ / Do」常放在理由的前面，但在「do」後面的常是負面的原因。

- **Nhờ** giao tiếp với nhiều bạn Việt Nam **nên** tiếng Việt của Vita đã tốt hơn.
  由於跟許多越南朋友的交流，Vita 的越南語變得更好了。

- **Do** dịch bệnh Covid **mà** sinh viên phải học trực tuyến.
  由於新冠疫情，學生必須在線上學習。

（二）Định / dám / toan + 動詞　打算 / 敢 / 本來 + 動詞

　　常放在動詞前面，意義分別如下：

1. định　打算、計劃：
表示打算或計劃做某件事。

- Gia đình tôi **định** đi du lịch Việt Nam vào mùa hè này.
  我家人打算今年夏天去越南旅行。

- Tôi **định** tốt nghiệp sớm 1 năm.
  我計劃提前一年畢業。

2. dám　敢：
表示有自信心或敢接受挑戰做某件事。

- Q: Cậu có **dám** đến Việt Nam khởi nghiệp không?
  你敢來越南創業嗎？

- A: **Dám** chứ.
  當然敢啊。

3. toan　本來、意圖、正要：

表示本來有打算做某事但後來沒發生，常出現於書寫方面。

- Cô ấy **toan** nói nhưng lại thôi.

  她正要說話但又停了下來。

（三）Trở thành + 名詞；trở nên + 形容詞
　　 成為 + 名詞；變得 + 形容詞

1. trở thành　成為：

放在名詞的前面，表示地位或角色的改變。

- Đình Đình đã **trở thành** sinh viên của Khoa Việt Nam học và Tiếng Việt.

  亭亭已成為越南學與越南語系的學生。

2. trở nên　變得：

放在形容詞的前面，表示性質與狀態的變化。

- Từ lúc đi du học, Thừa Hạo **trở nên** trưởng thành hơn.

  自從出國留學後，承浩變得更加成熟。

（四）Bao nhiêu là + 名詞　很多、太多 + 名詞

放在名詞前面，表示事物的多數，意思相當於「rất nhiều」（很多）、「quá nhiều」（太多）。

- Tuần này, mình có **bao nhiêu là** báo cáo nên không đi chơi được.

  這週，我的報告太多了，無法出去玩。

- Hôm nay, mẹ mua **bao nhiêu là** đồ ăn ngon cho cả nhà.

  今天，媽媽買了很多好吃的食物給全家。

（五）Tuy A nhưng vẫn B　儘管 A，但還是 B
Mặc dù A nhưng vẫn B　雖然 A，但還是 B
Dù A nhưng vẫn B　雖然 A，但還是 B

用來連結兩個單句，表示兩個命題彼此相反之意。

● **Mặc dù** (cô ấy) đã ngủ đủ 8 tiếng **nhưng** cô ấy **vẫn** mệt.
儘管（她）已經睡了 8 個小時，但她仍然還是很累。

● **Tuy** anh ấy biết tiếng Việt **nhưng vẫn** không dám đi Việt Nam du lịch tự túc.
儘管他懂越南語，但他仍然不敢獨自去越南旅行。

● **Dù** trời mưa **nhưng** cô ấy **vẫn** định ra ngoài đi chạy.
儘管下著雨，但她仍然計劃出去跑步。

IV LUYỆN TẬP 練習

（一）SỬ DỤNG CÁC TỪ GỢI Ý ĐỂ THỰC HÀNH NÓI
使用提供的詞語來表達以下的句子

Ví dụ:

Vợ hỏi chồng bao giờ sẽ đi công tác nước ngoài về. (định)

→ Anh định bao giờ sẽ về nước?

❶ Bạn định dọn dẹp phòng nhưng sau đó không làm. (toan)

_____

❷ Bạn thách bạn mình thi đấu bóng rổ với bạn. (dám)

_____

❸ Bạn hỏi bạn mình về thời gian sẽ học tiếng Việt tại Việt Nam. (định)

_____

❹ Bạn định về sớm nấu cơm nhưng lại thôi. (toan)

_____

❺ Bạn hỏi bạn mình rằng: bạn ấy có tự tin kết bạn với người Việt Nam không? (dám)

_____

❻ Bạn hỏi bố mẹ khi nào sẽ đi du lịch Đà Nẵng? (định)

_____

（二）THỰC HÀNH VIẾT CÁC CÂU THEO MẪU SAU　依照範例造句

Ví dụ:

anh ấy / làm / việc / của anh ấy / sức khỏe / yếu đi

→ (**Do**) anh ấy làm **bao nhiêu là** việc **nên** sức khỏe của anh ấy **trở nên** yếu đi.

❶ chị ấy / xách / đồ / tay của chị ấy / mỏi nhừ

_____

_____

❷ ông ấy / ăn / đồ ăn nhanh / cơ thể của ông ấy / béo phì

_____

_____

❸ giá sách / có / sách / nó / rất lộn xộn

_____

_____

❹ bà tôi / nấu / món ăn / thức ăn / thừa mứa

_____

_____

❺ anh ấy / xem / phim / mắt của anh ấy / bị khô

_____

_____

Ví dụ:

giỏi ngoại ngữ / một phiên dịch viên nổi tiếng

→ **Nhờ** giỏi ngoại ngữ **mà** anh ấy đã **trở thành** một phiên dịch viên nổi tiếng.

❶ có thành tích học tập cao nhất lớp / sinh viên tiêu biểu của năm

_____

_____

❷ chăm chỉ làm việc / nhân viên xuất sắc của công ty

_____

_____

❸ có tài ngoại giao giỏi / trưởng phòng của chúng tôi

_____

_____

❹ có nhiều kinh nghiệm phong phú / người truyền cảm hứng cho mọi người

_____

_____

❺ làm việc nhóm nhiều / người có tài lãnh đạo

_____

_____

Bài một 第一課
Bài hai 第二課
Bài ba 第三課
Bài bốn 第四課
Bài năm 第五課
Bài sáu 第六課
Bài bảy 第七課
Bài tám 第八課
Bài chín 第九課
Bài mười 第十課
Bài mười một 第十一課
Bài mười hai 第十二課
Phụ lục 附錄

（三）NỐI CỘT A VỚI CỘT B CHO PHÙ HỢP　連結 A 與 B

A	B
❶ Mặc dù đã ôn tập chăm chỉ	ⓐ nhưng vẫn còn nhiều chỗ phát âm chưa rõ.
❷ Dù thời tiết xấu	ⓑ nhưng ông ấy vẫn hay ốm.
❸ Tuy tập thể dục thường xuyên	ⓒ nhưng tôi vẫn thi trượt.
❹ Mặc dù em nói tiếng Việt rất nhanh	ⓓ nhưng chị ấy vẫn không tha thứ cho anh ấy.
❺ Dù anh ấy đã xin lỗi nhiều lần	ⓔ nhưng máy bay vẫn cất cánh.

ĐỌC VÀ TRẢ LỜI CÂU HỎI 閱讀後回答問題

Đoạn văn:

Trẻ em Việt Nam đi học khá sớm. Độ tuổi đi học mầm non là từ 2 – 2,5 tuổi. Nhưng nhiều gia đình cho con đi học sớm hơn. Đa số các trường mầm non tư thục nhận trông trẻ từ 1 tuổi. Cho nên, Việt Nam là một trong những nước có độ tuổi đi học của trẻ em sớm nhất. Theo quy định của Bộ Giáo dục và Đào tạo Việt Nam, trẻ em 6 tuổi bắt đầu học bậc tiểu học. Sau 5 năm học tiểu học và 4 năm học trung học cơ sở, học sinh sẽ tiếp tục học 3 năm trung học phổ thông trước khi thi vào đại học. Các chương trình đại học thường kéo dài khoảng 4 năm. Nhưng các trường y và kỹ thuật có thời gian học tập lâu hơn.

Hiện nay, ngoại ngữ đã được coi là môn học bắt buộc từ các trường tiểu học cho đến đại học. Đa phần các trường đều chọn môn tiếng Anh để giảng dạy.

Đối với việc thi tốt nghiệp, Việt Nam cũng đã xóa bỏ các kỳ thi tốt nghiệp tiểu học và trung học cơ sở. Sau khi học xong lớp 9, học sinh sẽ phải tham gia thi tuyển vào các trường trung học phổ thông. Từ năm 2015, Việt Nam chính thức gộp kỳ thi tốt nghiệp trung học phổ thông và kỳ thi đại học, cao đẳng thành một kỳ thi chung, được gọi là kỳ thi trung học phổ thông quốc gia.

Từ ngữ:

❶ mầm non　幼兒園

❷ tư thục　私立學校

❸ Bộ Giáo dục và Đào tạo　教育與培訓部

❹ bậc tiểu học　國小

❺ trung học cơ sở　國中

❻ trung học phổ thông　高中

❼ vào (đại học)　上（大學）

❽ thi tuyển　考試

❾ môn học bắt buộc　必修課

❿ thi tốt nghiệp　畢業考

Câu 1: Chọn đáp án đúng   選出正確的答案

Nội dung chính đoạn văn trên là gì:

(A) Hệ thống giáo dục ở Việt Nam.

(B) Độ tuổi theo học các cấp.

(C) Tình hình đi học sớm của trẻ em Việt Nam.

Câu 2: Trả lời câu hỏi   回答問題

❶ Vì sao Việt Nam lại là quốc gia có độ tuổi đi học sớm nhất?

_____

_____

❷ Thời gian học tiểu học và trung học cơ sở của Việt Nam có giống với Đài Loan không? Vì sao?

_____

_____

❸ Chương trình đại học ở Việt Nam có thời gian học bao lâu?

_____

_____

❹ Môn học ngoại ngữ bắt buộc ở Việt Nam chủ yếu là môn gì?

_____

_____

❺ Để vào học trung học phổ thông, học sinh có cần tham gia thi tuyển không?

_____

_____

❻ Môn học ngoại ngữ bắt buộc ở các trường tiểu học và trung học phổ thông là môn gì? Hãy so sánh với Đài Loan?

_____

_____

❼ Việt Nam đã xóa bỏ kỳ thi tốt nghiệp ở các cấp nào?

_____

_____

Bài một 第一課
Bài hai 第二課
Bài ba 第三課
Bài bốn 第四課
Bài năm 第五課
Bài sáu 第六課
Bài bảy 第七課
Bài tám 第八課
Bài chín 第九課
Bài mười 第十課
Bài mười một 第十一課
Bài mười hai 第十二課
Phụ lục 附錄

THƠ, THÀNH NGỮ, BÀI HÁT, TRÒ CHƠI DÂN GIAN VÀ TRUYỆN CỔ TÍCH 詩、成語、歌謠、民間遊戲與民間故事

THÀNH NGỮ 成語

有志竟成
ㄧㄡˇ ㄓˋ ㄐㄧㄥˋ ㄔㄥˊ
Có chí thì nên

註解：

越化漢越成語：原為「有志者事竟成」，形容人只要有決心和意志，任何事情都能得到成功。

Thành ngữ Hán Việt đã được Việt hóa: thành ngữ tiếng Trung nghĩa là con người chỉ cần có quyết tâm và ý chí thì làm việc gì cũng sẽ đạt được thành công. Trong tiếng Việt, câu thành ngữ giữ nguyên ý nghĩa và cách dùng, nhưng thay đổi về âm đọc.

例句：

有志竟成這句話是一句極具精神鼓勵的話語，也印證了意志對於每個人的成功具有不可替代的重要性。

Có chí thì nên là câu nói mang tính khích lệ tinh thần vô cùng to lớn, đồng thời nó cũng đã khẳng định được tầm quan trọng khó mà thay thế được của ý chí đối với sự thành công của mỗi con người.

Bài 5
第五課

THUÊ NHÀ: VITA ƠI, NGHE NÓI CẬU VẪN ĐANG TÌM NHÀ À?

租房：VITA 啊，聽說妳還在找房子，對嗎？

Nghe nói + 句子　聽説 + 句子

Được / Cũng được / Thôi được + 句子　好 / 也可以 / 算了 + 句子

Lúc / khi / hồi + 形容詞 / 動詞 + 句子
形容詞 / 動詞 + 的時候 + 句子，用來表示過去的時間

句子 + mà　句子 + 嘛，用來表示肯定或用於解釋

Hải Anh:	Vita ơi, nghe nói cậu vẫn đang tìm nhà à?
Vita:	Ừ, mình định thuê ở khu Trung Hòa - Nhân Chính nhưng giá thuê cao quá.
Hải Anh:	Khu ấy có nhiều văn phòng của các công ty nước ngoài, tiện ích lại tốt nên giá cao là đúng rồi.
Vita:	Nếu ở chỗ ấy thì lúc đi học cũng tiện, đi bộ khoảng 10 phút là đến Trường đại học Khoa học xã hội và Nhân văn rồi.
Hải Anh:	À, hay là cậu thuê ở chỗ mình đi, có khoảng 4 triệu rưỡi cả tiền điện nước thôi.
Vita:	Được, nhưng sao giá phòng rẻ thế?
Hải Anh:	Vì mình sống cùng gia đình người Việt mà. Cô chú chủ nhà dễ tính và tốt bụng lắm, hồi mới dọn đến, cô thỉnh thoảng còn cho mình đồ ăn. Nhưng thuê ở đấy thì phải về nhà trước lúc 11 giờ đêm, để cô chú còn khóa cửa.

Vita:	May quá, mình là con gái nên ít đi chơi và về muộn lắm. Hơn nữa, khi sống với gia đình người Việt, mình sẽ được giao lưu và tìm hiểu về văn hóa Việt Nam mà.
Hải Anh:	Thế thì tốt quá rồi, vì nhà cô chú cũng còn 1 phòng trống thôi. Cậu nhớ chuẩn bị trước 3 tháng tiền đặt cọc nhà nhé.
Vita:	Mình nhớ rồi. Cám ơn Hải Anh nhé. Chúng mình sắp là hàng xóm rồi đấy.
Hải Anh:	Vui thật. Thế là lúc vui buồn, mình lại có bạn để tâm sự rồi. Vậy, tan học, mình dẫn cậu đi xem phòng luôn nhé.
Vita:	Hi hi, nhất trí.

Bài một 第一課
Bài hai 第二課
Bài ba 第三課
Bài bốn 第四課
Bài năm 第五課
Bài sáu 第六課
Bài bảy 第七課
Bài tám 第八課
Bài chín 第九課
Bài mười 第十課
Bài mười một 第十一課
Bài mười hai 第十二課
Phụ lục 附錄

海英：　Vita，聽說妳還在找房子，對嗎？

Vita：　是的，我打算在中和仁政區租房，但租金太高了。

海英：　那個地區有很多外國公司的辦公室，設施又好，因此房價高是正常的。

Vita：　如果住在那邊，上學的時候也很方便，走路大概 10 分鐘就到人文社會科學大學了。

海英：　啊，還是妳來租我這邊，包括水電費，只有大概 450 萬（越南盾）。

Vita：　好啊，但為什麼房租這麼便宜？

海英：　因為我跟一個越南家庭一起住嘛。房東先生太太倆都很隨和而且人很好。我剛搬來的時候，房東太太偶爾還會送我食物。但如果妳在這裡租房的話，需要在晚上 11 點之前回家，因為他們還要鎖門。

Vita：　幸好，我是一個女孩子，所以很少出去玩也很少晚回家。而且，跟越南家庭一起住的話，我就可以和越南人交流與了解越南文化了呢。

海英：　那就太好了呢！因為房東也只剩一間空房而已。妳記得提前準備三個月的押金。

Vita：　我記得了。謝謝海英。我們快要成為鄰居了。

海英：　真開心。那麼當我開心與難過時，我就有一個朋友來談心事了。那麼，放學後，我馬上帶妳去看房子。

Vita：　嘻嘻，同意。

❶ tìm (nhà)　找（房）

❷ thuê　租

❸ khu　區域

❹ giá thuê　租金

❺ tiện ích　設施

❻ tiền điện nước　水電費

❼ dễ tính　好相處、隨和

❽ dọn (nhà)　搬家、打掃、收拾、整理

❾ khóa cửa　鎖門

❿ giao lưu　交流

⓫ tìm hiểu　了解

⓬ phòng trống　空房間

⓭ văn hóa　文化

⓮ đặt cọc　訂金、押金

⓯ hàng xóm　鄰居

⓰ tâm sự　談心事

⓱ văn phòng　辦公室

⓲ xem phòng　看房

⓳ nhất trí　同意

⓴ chủ nhà　房東

Bài một 第一課
Bài hai 第二課
Bài ba 第三課
Bài bốn 第四課
Bài năm 第五課
Bài sáu 第六課
Bài bảy 第七課
Bài tám 第八課
Bài chín 第九課
Bài mười 第十課
Bài mười một 第十一課
Bài mười hai 第十二課
Phụ lục 附錄

III CHÚ THÍCH NGỮ PHÁP 文法解釋

（一）Nghe nói + 句子　聽說 + 句子

「Nghe nói」常放在句首，表示所提到的訊息為別人所提供。

- **Nghe nói** khu vực này an toàn và giao thông thuận tiện lắm.
  聽說這個地區很安全，交通也很方便。

- **Nghe nói** giá thuê nhà khu này cao nhất Hà Nội.
  聽說這個地區的房屋租金是河內最高的。

（二）Được / Cũng được / Thôi được + 句子　好 / 也可以 / 算了 + 句子

1. Được　好：

   表示完全同意或符合要求。

- Q: Cô cho cháu lên xem phòng nhé?
     你能讓我上去看看房間嗎？

  A: **Được**, cháu cứ xem đi.
     好哦，你就上去看吧！

2. Cũng được　也可以：

   表示不完全同意或符合要求。

- Q: Tuần sau, cháu có thể chuyển đến được không?
     下週，我可以搬進來嗎？

  A: **Cũng được**, cô sẽ quét dọn sớm cho cháu.
     也可以，我會提早幫你打掃。

3. **Thôi được** 算了、好吧：
   表示勉強接受或同意。

- Q: Cháu là sinh viên, chú bớt cho cháu 1 ít tiền phòng nhé?
  我是大學生，叔叔您能少算我一點房租嗎？

- A: **Thôi được**, chú bớt cho cháu 200 nghìn một tháng.
  好吧，我會一個月少算你房租 20 萬。

（三）**Lúc / khi / hồi** + 形容詞 / 動詞 + 句子
形容詞 / 動詞 + 的時候 + 句子

形容某個情境或狀態的當下。

- **Lúc** vui, cô ấy thường cười rất tươi.
  當她高興的時候，她常常會露出燦爛的笑容。

- **Khi** học, anh ấy thường nghe nhạc.
  讀書時，他常會聽音樂。

- **Hồi** nhỏ, cả nhà đều chiều tôi.
  小時候，全家都溺愛我。

（四）句子 + **mà** 句子 + 嘛

放在句尾，表示肯定或用來解釋的意思，中文視情況會有不同的翻譯。

- Q: Sao hôm nay anh về sớm thế?
  今天你怎麼這麼早就回家了？

- A: Hôm nay là sinh nhật em **mà**!
  今天是你的生日嘛！

- A: Cảnh mùa này đẹp quá!
  這個季節的風景真美！

- B: Mùa thu **mà**!
  秋天嘛！

第一課 Bài một
第二課 Bài hai
第三課 Bài ba
第四課 Bài bốn
第五課 Bài năm
第六課 Bài sáu
第七課 Bài bảy
第八課 Bài tám
第九課 Bài chín
第十課 Bài mười
第十一課 Bài mười một
第十二課 Bài mười hai
附錄 Phụ lục

IV LUYỆN TẬP 練習

（一）SỬ DỤNG CÁC TỪ GỢI Ý ĐỂ THỰC HÀNH NÓI
使用提供的詞語來表達以下的句子

Ví dụ:

Chồng khen chiếc áo của vợ mua. (được)

→ Được, chiếc áo này đẹp đấy em.

❶ Chủ nhà miễn cưỡng đồng ý bớt tiền phòng cho bạn. (thôi được)

_____

❷ Người bán miễn cưỡng đồng ý bán rẻ cho bạn để mở hàng. (thôi được)

_____

❸ Sếp đồng ý cho bạn nộp báo cáo vào ngày mai. (cũng được)

_____

❹ Bạn thấy món phở chưa ngon lắm. (cũng được)

_____

❺ Cô giáo đồng ý cho bạn xin nghỉ. (được)

_____

❻ Chủ nhà đồng ý soạn thảo hợp đồng thuê nhà cho bạn. (được)

_____

（二）THỰC HÀNH VIẾT CÁC CÂU THEO MẪU SAU　依照範例造句

Ví dụ:

chơi đàn piano / chuyên nghiệp / đạt giải quán quân / từ lúc nhỏ.

→ A: Anh ấy chơi đàn piano chuyên nghiệp thế!

　　B: Anh ấy đạt giải quán quân từ lúc nhỏ mà.

❶ viết thư pháp / đẹp / luyện viết thư pháp / từ lúc 10 tuổi

_____

_____

❷ tập thái cực quyền / đỉnh / có đai đen / từ hồi học trung học cơ sở

_____

_____

❸ trông / mệt mỏi / say xe / từ khi bắt đầu chuyến du lịch

_____

_____

❹ trông / vui / vẫn thế / từ lúc mới vào công ty

_____

_____

❺ nói tiếng Việt / lưu loát / nghe nói lưu loát / từ hồi mới sang Việt Nam công tác

_____

_____

第一課　Bài một
第二課　Bài hai
第三課　Bài ba
第四課　Bài bốn
第五課　Bài năm
第六課　Bài sáu
第七課　Bài bảy
第八課　Bài tám
第九課　Bài chín
第十課　Bài mười
第十一課　Bài mười một
第十二課　Bài mười hai
附錄　Phụ lục

（三）NỐI CỘT A VỚI CỘT B CHO PHÙ HỢP　連結 A 與 B

A	B
❶ Nghe nói thuê nhà ở khu chung cư	ⓐ phải là khách sạn 3 sao trở lên.
❷ Nghe nói khách sạn mà người nước ngoài thuê	ⓑ thỉnh thoảng cũng có tuyết rơi vào mùa đông.
❸ Nghe nói khách sạn phải giữ hộ chiếu	ⓒ anh ấy thường chủ động làm nhiều hơn.
❹ Nghe nói lúc làm việc nhóm,	ⓓ thì có nhiều tiện ích hơn.
❺ Nghe nói khu vực miền núi phía Bắc Việt Nam	ⓔ khi cho khách nước ngoài thuê phòng.

ĐỌC VÀ TRẢ LỜI CÂU HỎI 閱讀後回答問題

Đoạn văn:

Theo báo cáo của ngân hàng HSBC năm 2019, nhu cầu thuê và mua nhà của người nước ngoài tại Việt Nam càng ngày càng cao. Các loại hình bất động sản cho thuê này rất đa dạng. Các chuyên gia người nước ngoài thường chọn thuê biệt thự, căn hộ chung cư với chất lượng sống và tiện nghi cao cấp. Giá thuê trung bình từ 30 triệu đồng/tháng đến 50 triệu đồng/tháng. Còn du học sinh lại hay chọn thuê phòng hoặc nhà riêng. Và rất nhiều du học sinh chọn ở chung với gia đình Việt để giao lưu và tìm hiểu văn hóa Việt Nam nên giá thuê khá rẻ, khoảng 100 đô la/tháng.

Khi tìm nhà thuê, nếu bạn chưa có kinh nghiệm thì bạn có thể nhờ người thân và bạn bè ở Việt Nam tìm giúp. Bạn cũng có thể lên mạng tìm thông tin hoặc đăng tải các thông tin về loại phòng mà bạn quan tâm.

Ngoài ra, nếu không ngại trả chi phí môi giới và muốn tiết kiệm thời gian thì bạn có thể tìm đến các công ty bất động sản cho người nước ngoài. Tại đó, họ sẽ cung cấp đầy đủ thông tin về các loại nhà cho thuê. Tuy nhiên, trước khi ký kết hợp đồng thuê nhà, bạn cần đọc kỹ các điều khoản, như: thời hạn thuê, giá thuê, tiền điện nước và phí mạng, tiền đặt cọc, phương thức thanh toán, điều kiện phá vỡ hợp đồng và các điều khoản khác.

❶ bất động sản　不動產

❷ đa dạng　五花八門

❸ biệt thự　別墅

❹ căn hộ chung cư　公寓

❺ kinh nghiệm　經驗

❻ đăng tải　上傳

❼ tiết kiệm　節省

❽ phí môi giới　仲介費

❾ cung cấp　提供

❿ hợp đồng　合同、合約

Câu 1: Chọn đáp án đúng　選出正確的答案

Nội dung chính đoạn văn trên là gì:

(A) Thuê nhà ở Việt Nam.

(B) Mua nhà ở Việt Nam.

(C) Cách tìm nhà cho thuê.

Câu 2: Trả lời câu hỏi　回答問題

❶ Nhu cầu thuê và mua nhà của người nước ngoài tại Việt Nam thế nào?

_____

_____

❷ Hàng tháng, các chuyên gia nước ngoài chi trả bao nhiêu tiền cho việc thuê nhà?

_____

_____

❸ Tại sao du học sinh lại chọn ở chung với các gia đình Việt?

_____

_____

❹ Chi phí thuê nhà của du học sinh tại Việt Nam là bao nhiêu?

_____

_____

❺ Nếu chưa có kinh nghiệm tìm nhà tại Việt Nam thì bạn nên làm gì?

_____

_____

❻ Khi thuê nhà qua công ty bất động sản cho người nước ngoài thì bạn phải làm gì?

_____

_____

❼ Trước khi ký hợp đồng thuê nhà, bạn cần chú ý gì?

_____

_____

Bài một 第一課
Bài hai 第二課
Bài ba 第三課
Bài bốn 第四課
Bài năm 第五課
Bài sáu 第六課
Bài bảy 第七課
Bài tám 第八課
Bài chín 第九課
Bài mười 第十課
Bài mười một 第十一課
Bài mười hai 第十二課
Phụ lục 附錄

THƠ, THÀNH NGỮ, BÀI HÁT, TRÒ CHƠI DÂN GIAN VÀ TRUYỆN CỔ TÍCH　詩、成語、歌謠、民間遊戲與民間故事

THÀNH NGỮ　成語

東奔西跑
ㄉㄨㄥ ㄅㄣ ㄒㄧ ㄆㄠˇ
Chạy ngược chạy xuôi

註解：

越化漢越成語：朝東跑、朝西跑，形容到處奔跑，也指為某個目的而四處行動，另說「東奔西走」。

Thành ngữ Hán Việt đã được Việt hóa: thành ngữ tiếng Trung miêu tả hành động chạy đi chạy lại khắp nơi hoặc hoạt động liên tục vì một mục đích gì đó. Trong tiếng Việt, câu thành ngữ giữ nguyên ý nghĩa và cách dùng, nhưng được Việt hóa về cấu trúc và âm đọc và từ tố.

例句：

為了幫孩子治病，他每天**東奔西跑**去賺錢，我們看到了都很心疼，所以決定捐款給他，希望能幫上一些忙。

Để giúp con chữa bệnh, anh ấy ngày ngày **chạy ngược chạy xuôi** đi kiếm tiền, chúng tôi thấy vậy đều rất thương xót nên quyết định quyên góp cho anh, hi vọng có thể giúp được phần nào.

CHỢ VÀ SIÊU THỊ: NẾU MUA Ở HÀNG QUEN THÌ LẠI CÀNG RẺ

市場和超市：如果在常逛的店買，那又更便宜了

Mọi ＋ 名詞　　所有、全部 ＋ 名詞

Đa số / Hầu hết ＋ 名詞　　大多 / 大部分 ＋ 名詞

hôm, ngày, ban, buổi　　表示時間的詞彙

動詞 ＋ giúp / hộ / giùm　　表示請求或想幫忙別人做某件事

Nhật Bách: Vivian ơi, thế cậu đã quen với cuộc sống ở Việt Nam chưa?

Vivian: Mọi việc đều ổn nên mình cũng đã khá quen rồi. À, sáng nay, mình đi chợ sớm với cô chủ nhà đấy.

Nhật Bách: Ồi, cậu giỏi thế! Con trai bọn tớ ngại đi chợ lắm.

Vivian: Giỏi gì đâu. Mình muốn học cách mặc cả của người Việt ấy mà. Mà buổi sáng đi chợ, tớ thấy đa số phụ nữ Việt đều tay xách nách mang, nhìn vất vả quá!

Nhật Bách: Nếu mẹ mình đi siêu thị thì mình cũng đi cùng để xách đồ giùm. Nhưng nếu đi chợ thì mình ngại lắm.

Vivian: Sao cậu lại ngại đi chợ hơn đi siêu thị vậy?

Nhật Bách: À, vì đồ siêu thị ghi rõ giá rồi. Con trai mặc cả rất kì. Thế ở Đài Loan, cậu thường đi chợ hay đi siêu thị?

Vivian: Mình thường đi siêu thị, mua đồ cho cả tuần. Này, sao phụ nữ Việt chăm chỉ đi chợ thế nhỉ? Mỗi buổi sáng, cô chủ nhà tớ đều đi chợ.

Nhật Bách: Ừ, mẹ tớ cũng thế. Mẹ tớ bảo là đi chợ tiện, đồ ăn rẻ. Nhất là rau, hoa quả, thịt, hải sản ... đều tươi, ngon hơn đồ trong siêu thị.

Vivian: Ừ, rẻ thật, nếu mua ở hàng quen thì lại càng rẻ. À, chiều nay, cậu có rảnh không? Có tiện chở mình tới siêu thị điện máy không? Mình muốn mua ít đồ điện tử.

Nhật Bách: Hay ngày mai đi. Chiều nay, mình phải qua chỗ Trinh Nghi để chuyển phòng giúp bạn ấy.

Vivian: Ừ, thế cũng được. Nếu cần thêm người thì mình qua dọn giúp luôn cho nhanh.

Nhật Bách: Càng đông càng vui. Nếu dọn xong sớm thì buổi tối bọn mình bảo Trinh Nghi mời ăn lẩu tân gia đi.

Vivian: Ha ha (cười), nhất trí luôn!

Bài một 第一課
Bài hai 第二課
Bài ba 第三課
Bài bốn 第四課
Bài năm 第五課
Bài sáu 第六課
Bài bảy 第七課
Bài tám 第八課
Bài chín 第九課
Bài mười 第十課
Bài mười một 第十一課
Bài mười hai 第十二課
Phụ lục 附錄

日博：　Vivian 啊，妳已經習慣越南的生活了嗎？

Vivian：　一切都不錯，所以我也比較習慣了。對了，今天一早，我跟房東太太去了早市。

日博：　哇，妳好棒！我們男生會很不好意思去市場。

Vivian：　也沒什麼。我要學他們越南人討價還價的方式嘛！不過早上去市場的時候，我看到大部分越南婦女都提好多東西，看起來好辛苦！

日博：　如果我媽媽去超市，我也會一起去幫她提東西。但要是去市場的話，我會比較不好意思。

Vivian：　為什麼你去市場會比去超市更不好意思呢？

日博：　哦，因為超市的東西都標示好價格了。男生討價還價很奇怪。那麼在台灣，妳通常去超市還是市場呢？

Vivian：　我通常會去超市買一週的東西。喂，為什麼越南婦女那麼認真去市場？每天早上，我的房東太太都會去市場。

日博：　嗯，我的媽媽也是這樣。我媽說去市場很方便，食物便宜。尤其是青菜、水果、肉類、海鮮……都很新鮮，比超市的食物更好吃。

Vivian：　嗯，真的便宜，如果在常逛的店買，那又更便宜了。啊，今天下午你有空嗎？方便載我到電器行嗎？我想買一點電子產品。

日博：　還是明天去。今天下午，我要過去貞宜住處幫她搬家。

Vivian：　嗯，這樣也可以。如果需要更多人的話，我就盡快過去幫忙，（這樣）比較快。

日博：　越多越好（多多益善）。如果早點搬完，晚上我們就叫貞宜請我們吃火鍋祝賀搬新家吧！

Vivian：　哈哈（大笑），完全同意！

❶ quen 習慣、認識

❷ ổn 好的、穩妥的

❸ chợ 市場

❹ con trai 男生

❺ ngại 害羞

❻ mặc cả, trả giá 討價還價

❼ tay xách nách mang
形容提很多東西（大包小包）

❽ vất vả 辛苦的

❾ siêu thị 超市

❿ ghi (rõ) 寫（清楚）

⓫ giá 價格

⓬ kì (quái) 奇怪的

⓭ tươi 新鮮的

⓮ hàng quen, quán quen
熟識之貨攤、常逛的店、熟識的店家

⓯ điện máy 電器

⓰ đồ điện tử 電子產品

⓱ hải sản 海鮮

⓲ lẩu 火鍋

⓳ tân gia 新家

⓴ nhất trí 同意

Ⅲ CHÚ THÍCH NGỮ PHÁP 文法解釋

（一）Mọi ＋ 名詞　一切、所有、全部 ＋ 名詞

放在名詞前面，表示各個單位都一樣。

- <u>Mọi</u> cửa hàng đều giảm giá vào dịp này.
  每家商店都會在這個時候推出折扣（活動）。

- <u>Mọi</u> việc đều tốt đẹp cả.
  一切都很好。

（二）Đa số / Hầu hết ＋ 名詞　大多 / 大部分 ＋ 名詞

常放在名詞前面，表示在一個範圍內的多數。

- <u>Đa số</u> phụ nữ Việt Nam thích đi chợ mỗi ngày.
  大多數越南女性喜歡每天去市場。

- <u>Hầu hết</u> các chợ đêm Đài Loan thường rất đông người.
  大部分臺灣夜市通常非常擁擠。

（三）hôm, ngày, ban, buổi　表示時間的詞彙

1. ngày, hôm　表示一天內的時間

① ngày：使用時，必須與指定的時間或將來的時間做搭配。

- <u>Ngày</u> mai, chúng mình đi siêu thị điện tử đi.
  明天，我們去電器行吧！

② hôm：使用時，必須與指定的時間或過去的時間做搭配，除了「hôm nay」（今天）。

- <u>Hôm</u> tôi đi dự sinh nhật cô ấy, mọi người đều rất bất ngờ.
  我去參加她生日派對的那天，大家都滿驚訝的。

2. ban, buổi　表示一天的時段

例如：「ban ngày」（白天）、「ban đêm」（半夜）、「buổi sáng」（早上）、「buổi trưa」（中午）、「buổi chiều」（下午）、「buổi tối」（晚上）。

- Chợ đêm chỉ họp vào **buổi chiều** hoặc **buổi tối** thôi.
  夜市只在下午或晚上開放。

- Anh ấy thường làm việc vào **ban đêm**.
  他經常在晚上工作。

（四）動詞＋giúp / hộ / giùm　表示請求或想幫助別人做某件事

- Phiền cô chỉ **giúp** cháu ngân hàng gần nhất ở đâu ạ?
  麻煩您幫忙指引我最近的銀行在哪裡？

- Để cháu xách đồ **hộ** cho bà.
  讓我來幫奶奶提東西。

- Cậu báo cáo **giùm** cho cả nhóm nhé!
  你幫我們全組向大家報告哦！

Bài một 第一課
Bài hai 第二課
Bài ba 第三課
Bài bốn 第四課
Bài năm 第五課
Bài sáu 第六課
Bài bảy 第七課
Bài tám 第八課
Bài chín 第九課
Bài mười 第十課
Bài mười một 第十一課
Bài mười hai 第十二課
Phụ lục 附錄

（一）SỬ DỤNG "ĐA SỐ / HẦU HẾT" ĐỂ THỰC HÀNH NÓI THEO CÁC MẪU SAU
依照範例，在以下情形，使用「đa số / hầu hết」的詞語來表達

Ví dụ:

Rất nhiều đường phố ở Đài Loan có cửa hàng tiện lợi.

→ Đa số đường phố ở Đài Loan đều có cửa hàng tiện lợi.

❶ Rất nhiều đàn ông Việt không đi chợ.

_____

❷ Buổi sáng, rất nhiều sinh viên uống cà phê.

_____

❸ Rất nhiều người ngại mặc cả.

_____

❹ Buổi tối, rất nhiều người Việt ăn cơm ở nhà.

_____

❺ Rất nhiều khách du lịch thích chợ đêm.

_____

❻ Ban đêm, rất nhiều người Việt đi ngủ sớm.

_____

❼ Ban ngày, rất nhiều người Việt thức dậy sớm.

_____

⑧ Buổi trưa, rất nhiều sinh viên ăn cơm ở căng-tin.

_____

（二）CHỌN TỪ THÍCH HỢP VÀ ĐIỀN VÀO CÁC CÂU SAU
選擇適當的詞語填入以下的句子

hầu hết	đa số	nếu...thì	mọi	ban đêm	ngày	hôm	giúp

❶ _____ các chợ đều họp vào buổi sáng.

❷ Cô ấy dành _____ thời gian làm việc nhà.

❸ _____ mua đồ điện tử _____ nên có bảo hành.

❹ Bố tôi luôn xách đồ nặng _____ mẹ tôi.

❺ _____ công to việc lớn đều do bố tôi gánh vác cả.

❻ _____ tốt nghiệp của cô ấy, tôi nhất định sẽ tham gia.

❼ Cậu ấy đã không tặng quà vào _____ sinh nhật của cô ấy.

❽ Nếu uống cà phê vào _____ thì tôi sẽ bị mất ngủ.

Bài một 第一課
Bài hai 第二課
Bài ba 第三課
Bài bốn 第四課
Bài năm 第五課
Bài sáu 第六課
Bài bảy 第七課
Bài tám 第八課
Bài chín 第九課
Bài mười 第十課
Bài mười một 第十一課
Bài mười hai 第十二課
Phụ lục 附錄

（三）NỐI CỘT A VỚI CỘT B CHO PHÙ HỢP   連結 A 與 B

A	B
❶ Nếu ngày nào cũng đi chợ	ⓐ thì đón con giúp em nhé!
❷ Nếu mọi việc đều xong rồi	ⓑ thì cuộc sống quá dễ dàng.
❸ Nếu anh không bận	ⓒ thì mất rất nhiều thời gian.
❹ Nếu đa số mọi người đều chăm chỉ như chị	ⓓ thì mọi người có thể về sớm.
❺ Nếu hầu hết mọi việc đều như ý	ⓔ thì tôi đã chẳng phải lo rồi.

V BÀI ĐỌC 閱讀

ĐỌC VÀ TRẢ LỜI CÂU HỎI　閱讀後回答問題

Đoạn văn:

Theo người dân Đài Loan, chợ đêm xuất hiện khoảng cuối thế kỷ XIX. Hồi đầu, chợ bán rau, cá. Lâu dần trở nên sầm uất và là nét văn hóa đặc trưng của người Đài Loan. Do vậy, từ Đài Bắc, Đài Trung tới Đài Nam và Cao Hùng, mọi nơi đều có chợ đêm. Mỗi chợ sẽ nổi tiếng về một đặc sản riêng.

Hầu hết các du khách nước ngoài đều ghé thăm chợ đêm Đài Loan để trải nghiệm văn hóa địa phương. Vì đây không chỉ là nơi có thể thưởng thức ẩm thực địa phương mà còn là nơi có thể mua sắm thỏa thích các mặt hàng thời trang.

Trong số đó, chợ đêm Sĩ Lâm là chợ đêm nổi tiếng ở Đài Bắc. Chợ bán rất nhiều các mặt hàng khác nhau, giá cả vừa phải. Đa số hàng hóa đều gắn sẵn giá để tiện cho người mua. Chợ được chia làm 2 khu vực: khu ẩm thực và khu hàng hóa. Nơi đây nổi tiếng với nhiều món ăn vặt vừa ngon vừa lạ mắt, như: bánh nếp kẹp xúc xích, bánh bao tiểu long, trứng tráng hàu, gà rán, trà sữa trân châu, đậu phụ thối ... Các quầy hàng quanh nhà hát Dương Minh được bày bán đa dạng các loại quần áo, mũ nón, giày dép, các phụ kiện ...

Từ ngữ:

❶ chợ đêm　夜市
❷ sầm uất　繁華熱鬧
❸ nét văn hóa　文化特徵
❹ đặc sản　特產
❺ ghé thăm　拜訪
❻ địa phương　地方
❼ thưởng thức　品嘗
❽ ẩm thực　美食
❾ thỏa thích　盡情
❿ mặt hàng　貨品、商品

Câu 1: Chọn đáp án đúng　選出正確的答案

Nội dung chính đoạn văn thứ 3 trên là gì:

(A) Nguồn gốc của chợ đêm.

(B) Chợ đêm Đài Loan.

(C) Chợ đêm Sĩ Lâm.

Câu 2: Trả lời câu hỏi　回答問題

❶ Chợ đêm là nét văn hóa đặc trưng của người dân nơi đâu?

_____

_____

❷ Vì sao du khách nước ngoài lại thích đến chợ đêm Đài Loan?

_____

_____

❸ Chợ đêm Sĩ Lâm ở đâu?

_____

_____

❹ Giá cả của các mặt hàng bán ở chợ Sĩ Lâm thế nào?

_____

_____

❺ Chợ gồm những khu vực nào?

_____

_____

❻ Hãy kể tên các món ăn vặt nổi tiếng tại chợ đêm này?

_____

_____

❼ Các quầy hàng quanh nhà hát Dương Minh bày bán gì?

_____

_____

Bài một 第一課
Bài hai 第二課
Bài ba 第三課
Bài bốn 第四課
Bài năm 第五課
Bài sáu 第六課
Bài bảy 第七課
Bài tám 第八課
Bài chín 第九課
Bài mười 第十課
Bài mười một 第十一課
Bài mười hai 第十二課
Phụ lục 附錄

KHÁM PHÁ VĂN HÓA VIỆT NAM

認識越南文化

THƠ, THÀNH NGỮ, BÀI HÁT, TRÒ CHƠI DÂN GIAN VÀ TRUYỆN CỔ TÍCH 詩、成語、歌謠、民間遊戲與民間故事

TRÒ CHƠI DÂN GIAN 民間遊戲

TRỒNG NỤ TRỒNG HOA

Chọn hai người ngồi bệt xuống đất, đối diện nhau. Chồng các bàn chân rồi đến các bàn tay, lần lượt nắm rồi xòe ra để những người còn lại nhảy qua. Khi nào đủ bốn chân bốn tay xòe mà người nhảy không bị chạm thì người nhảy được quyền chơi tiếp ván khác cho đến khi chạm chân thì mất lượt, phải ngồi vào thay thế.

種花種草

選兩個人面對面坐在地上。先疊起兩腳，然後再疊起兩手，輪流握住然後張開，好讓其他的人從手腳的上方跳過去。當四隻腳四隻手都張開後，而跳的人沒有被碰觸到時，則跳的人可以繼續跳，直到被碰觸到了才失去權利，換當坐在地上的人。

Bài 7
第七課

GIAO THÔNG: HÀ NỘI THƯỜNG TẮC ĐƯỜNG VÀO GIỜ CAO ĐIỂM

交通：河內的尖峰時段常塞車

Có + 動詞 / 形容詞 + đâu　哪有、哪可能 + 動詞 / 形容詞

動詞 + liền / ngay / luôn　立即 / 馬上 / 立刻 + 動詞

Lấy làm + 形容詞 / 心理狀態動詞

覺得、感到、認為 + 形容詞 / 心理狀態動詞

A chứ không B　是 A 而不是 B

Tự + 動詞 + 副詞　自己 + 動詞 + 副詞

Thừa Hạo: Anh Duy Hán ơi, hàng ngày, anh đến trường bằng gì?

Duy Hán: Anh thường đi xe máy đến trường. À mà này, cái xe sang xịn ở góc sân kia là của em à?

Thừa Hạo: Có phải xe của em đâu. Xe của Nhật Bách mới mua đấy anh.

Duy Hán: Chà, màu xe đẹp quá. Thế, em đi xe gì vậy?

Thừa Hạo: Ha ha (cười) ... em đi xe 8 bánh, một người lái.

Duy Hán: Ồ, anh lấy làm ngạc nhiên vì em đi ô tô riêng đến trường đấy.

Thừa Hạo: Hi hi, em đùa anh đấy. Em đi xe buýt thôi. Em ngưỡng mộ anh lắm. Nhìn anh phóng xe máy trên đường phố Hà Nội, cứ y như người Việt Nam, chứ không sợ như em.

Duy Hán: Ừ, công nhận, cảm giác phóng xe máy, hòa cùng dòng người trên phố, thông thuộc từng ngóc ngách Hà Nội, tuyệt lắm em ạ. Thậm chí, anh còn biết nhiều nơi hơn cả Nhật Bách đấy nhé! Mà tan học, anh đi làm thêm liền nên đi xe máy cũng tiện di chuyển nữa. Sao em không đi xe máy?

Thừa Hạo:	Em có biết đi xe máy đâu. Hà Nội thường tắc đường vào giờ cao điểm. Thảo nào, người dân Việt Nam cứ thích đi xe máy chứ không đi ô tô, anh nhỉ?
Duy Hán:	Ừ, anh bảo này. Cuối tuần này, anh dạy em đi xe máy. Cái này không tự học lấy được đâu.
Thừa Hạo:	Em đồng ý luôn. Anh Duy Hán tốt bụng quá.
Duy Hán:	Có gì đâu. Hồi mới đến đây, mọi người cũng giúp anh nhiều lắm. Anh cũng lấy làm vinh dự vì có được một người bạn như em, đã luôn nhiệt tình dạy tiếng Hoa cho anh, mặc dù, phát âm của anh còn hơi tệ, ha ha ... (cười)
Thừa Hạo:	Anh Duy Hán lại khách sáo rồi. Thôi, chúng ta đi ăn luôn đi, chứ không là hết đồ ăn đấy.
Duy Hán:	Đi luôn, đồ ăn căng tin tự phục vụ lấy nên nhanh hết đồ ăn ngon lắm.

Bài một 第一課
Bài hai 第二課
Bài ba 第三課
Bài bốn 第四課
Bài năm 第五課
Bài sáu 第六課
Bài bảy 第七課
Bài tám 第八課
Bài chín 第九課
Bài mười 第十課
Bài mười một 第十一課
Bài mười hai 第十二課
Phụ lục 附錄

承浩：　維漢哥，你平常怎麼上學啊？

維漢：　我通常是騎摩托車到學校。嘿，角落那輛高級車是你的嗎？

承浩：　哪可能是我的車。哥，那是日博剛買的新車。

維漢：　哇，這汽車的顏色好漂亮。那麼，你開什麼車呀？

承浩：　哈哈（大笑）……我一個人開八輪的車（暗指公車）。

維漢：　哇，我真驚訝你竟然開自己的車上學。

承浩：　嘻嘻，開玩笑的。我是坐公車啦！我很佩服你。看你在河內街上飆車的樣子好像越南人，而不像我那麼怕騎車。

維漢：　嗯，真的，混入街道上的人潮，熟悉河內的各個角落，那種飆車的感覺很棒。我甚至比日博知道更多地方！而且，我放學後馬上就要去打工，所以騎車也比較方便。你怎麼不騎摩托車呢？

承浩：　我不會騎摩托車。河內的尖峰時段常會塞車。難怪越南人比較喜歡騎摩托車而不是開車，對吧？

維漢：　嗯，我告訴過你。這週末，我教你怎麼騎摩托車。這是你自己學不會的。

承浩：　馬上同意。維漢哥你人太好了。

維漢：　哪有什麼。我剛來這裡時，大家也幫我很多忙。我也很榮幸有像你這樣的朋友，常常很熱情地教我中文，雖然我的發音還有一點爛，哈哈……（笑）

承浩：　維漢哥又客氣了。好了，我們快去吃飯吧！要不然食物很快就沒了。

維漢：　趕快去吧！自助餐廳的美食很快就要沒了。

II TỪ VỰNG 詞彙

❶ sang xịn　昂貴

❷ màu xe　汽車顏色

❸ bánh xe　車輪

❹ người lái xe　司機、騎士

❺ phóng xe　飆車

❻ y như, giống như　一模一樣

❼ công nhận　同意、認同

❽ dòng người　人潮

❾ hòa cùng　混入、加入、融入

❿ thông thuộc　熟悉的

⓫ ngóc ngách　角落

⓬ di chuyển　來回、移動

⓭ tắc đường　塞車

⓮ giờ cao điểm　尖峰時刻

⓯ vinh dự　榮譽

⓰ khách sáo　客氣的

⓱ phục vụ　服務

⓲ ngưỡng mộ　佩服

⓳ tốt bụng　善良、友善

⓴ đường phố　街道

Bài một 第一課
Bài hai 第二課
Bài ba 第三課
Bài bốn 第四課
Bài năm 第五課
Bài sáu 第六課
Bài bảy 第七課
Bài tám 第八課
Bài chín 第九課
Bài mười 第十課
Bài mười một 第十一課
Bài mười hai 第十二課
Phụ lục 附錄

III CHÚ THÍCH NGỮ PHÁP 文法解釋

（一）Có + 動詞 / 形容詞 + đâu　哪有、哪可能 + 動詞 / 形容詞

僅用於口語表達上，用來反駁或否定前面說話者所提及的意見。

- Q: Hải Anh ơi, Việt Nam **có** tàu cao tốc, phải không?

  海英，越南有高鐵，對嗎？

  A: Không, Việt Nam đã **có** tàu cao tốc **đâu**.

  沒有，越南還沒有高鐵。

- Q: Hôm nay, cậu đi bộ đến trường à?

  今天，你走路到學校啊？

  A: Đâu, mình **có** đi bộ **đâu**, mình đi xe đạp đấy chứ.

  不，我哪有走路，我騎腳踏車。

（二）動詞 + liền / ngay / luôn　立即 / 馬上 / 立刻 + 動詞

放在動詞的後面，表示立刻、迅速發生某動作或狀態。

- Tan học xong, tôi sẽ về nhà **liền**.

  放學後，我會立刻回家鄉。

- Đứa bé vừa khóc, đã nín **ngay**.

  小朋友剛哭，就立刻停止哭泣。

- Vừa nghỉ hè, gia đình tôi đã đi du lịch **luôn**.

  暑假剛到，我家馬上去旅行。

（三）**Lấy làm** + 形容詞 / 心理狀態動詞
　　 覺得、感到、認為 + 形容詞 / 心理狀態動詞

　　常放在心理狀態動詞或形容詞的前面，是客氣、禮貌地表示說話者的態度與心理狀態。

* Tôi **lấy làm** lạ vì cách cư xử của anh ấy.
  我對他的行為感到滿奇怪的。

* Chúng tôi **lấy làm** hân hạnh vì đã được phục vụ quý khách.
  我們覺得很榮幸可以為您服務。

（四）**A chứ không B**　是 A 而不是 B

　　用來肯定 A 的內容，並否定 B 的內容。

* Tôi đi bộ đến trường **chứ không** đi bằng xe buýt.
  我步行去學校，而不搭乘公車。

* Em ơi, anh uống cà phê đen **chứ không** uống cà phê sữa.
  妹妹，我喝黑咖啡，而不喝牛奶咖啡。

（五）**Tự** + 動詞 + **lấy**　自己 + 動詞 + 副詞

　　表示由主體自己做的行為，不需要外在的幫助。

* Anh tôi đều **tự** sửa xe **lấy**.
  我哥哥都自己修車。

* Bố tôi **tự** rửa xe **lấy**.
  我爸爸親自洗車。

（一）NÓI THẾ NÀO TRONG CÁC TÌNH HUỐNG SAU VỚI CẤU TRÚC "TỰ ... LẤY"　用所提供的「TỰ ... LẤY」句型，表達以下情況

Ví dụ:

Tình huống: Khi bạn trai muốn giúp bạn rửa xe.

→ Cảm ơn anh nhưng em muốn tự rửa xe lấy.

❶ Khi hàng xóm khen vườn hoa nhà bạn.

_____

❷ Khi bố bạn muốn giúp bạn bơm lốp xe đạp.

_____

❸ Khi bạn của bạn muốn xách va-li cho bạn.

_____

❹ Khi anh trai muốn giúp bạn sơn lại phòng.

_____

❺ Khi người yêu bạn muốn chở bạn đến trường.

_____

Ví dụ:

Tình huống: Bạn nghi ngờ về kết quả thi vừa công bố.

→ Tôi lấy làm nghi ngờ về kết quả thi lần này.

❶ Bạn cảm thấy xấu hổ vì đã cư xử sai.

_____

❷ Em gái bạn hối hận vì đã không nghe lời khuyên của bố mẹ.

_____

❸ Bạn thấy tiếc vì đã đưa ra quyết định sai.

_____

❹ Bạn cảm thấy rất vinh dự vì được đón tiếp khách quý.

_____

❺ Bạn cảm thấy tự hào vì được sinh ra tại Đài Loan.

_____

第一課 Bài một
第二課 Bài hai
第三課 Bài ba
第四課 Bài bốn
第五課 Bài năm
第六課 Bài sáu
第七課 Bài bảy
第八課 Bài tám
第九課 Bài chín
第十課 Bài mười
第十一課 Bài mười một
第十二課 Bài mười hai
附錄 Phụ lục

（二）VIẾT CÂU THEO GỢI Ý　依照範例與提供的詞彙造句

Ví dụ:

đi tàu – đi xe khách

→ Cô ấy thích đi tàu chứ không thích đi xe khách.

❶ đi ngắm biển – đi leo núi

_____

❷ đi dạo – đi chạy

_____

❸ mua xe tay ga – mua xe số

_____

❹ sửa xe – rửa xe

_____

❺ nấu cơm – rửa bát

_____

❻ giặt quần áo – phơi quần áo

_____

❼ mua đồ hiệu – dùng hàng bình dân

_____

❽ ăn món luộc – ăn món rán

_____

Ví dụ:

uống cà phê

→ A: Sao anh lại uống cà phê của em?

B: Anh **có** uống cà phê của em **đâu**.

❶ vượt quá tốc độ

_____

_____

❷ uống bia khi điều khiển phương tiện giao thông

_____

_____

❸ không đội mũ bảo hiểm khi đi xe máy

_____

_____

❹ đi trái đường

_____

_____

❺ không dừng xe khi đèn đỏ

_____

_____

Bài một 第一課
Bài hai 第二課
Bài ba 第三課
Bài bốn 第四課
Bài năm 第五課
Bài sáu 第六課
Bài bảy 第七課
Bài tám 第八課
Bài chín 第九課
Bài mười 第十課
Bài mười một 第十一課
Bài mười hai 第十二課
Phụ lục 附錄

（三）NỐI CỘT A VỚI CỘT B CHO PHÙ HỢP　連結 A 與 B

A	B
❶ Tôi phải về ngay	ⓐ mà anh ấy đã đi du lịch nước ngoài luôn.
❷ Tốt nghiệp đại học xong	ⓑ mà lại nắng liền.
❸ Mới chia tay tôi 1 tuần	ⓒ là anh ấy đi làm ngay.
❹ Mới khỏi ốm	ⓓ vì trời sắp mưa rồi.
❺ Vừa mưa	ⓔ mà anh ấy đã có người yêu mới liền.

V BÀI ĐỌC 閱讀

ĐỌC VÀ TRẢ LỜI CÂU HỎI 閱讀後回答問題

Đoạn văn:

Hiện nay, vì các phương tiện giao thông đường bộ thải ra quá nhiều khí thải nên giải pháp để giảm ô nhiễm từ giao thông đang là vấn đề cấp bách, đáng được quan tâm. Chính vì vậy, giao thông xanh được coi là một giải pháp tối ưu.

Vận hành giao thông xanh có nhiều cách, như: sử dụng các nhiên liệu thân thiện với môi trường, giảm các chuyến đi, sử dụng các phương tiện giao thông công cộng, đi bộ, sử dụng xe đạp ...

Giao thông công cộng là một giải pháp xây dựng giao thông xanh, không những mang lại lợi ích cho cá nhân mà còn mang lại lợi ích cho cả xã hội. Nó giúp tiết kiệm chi phí đi lại, hạn chế căng thẳng khi phải lái xe, hạn chế các tác động của thời tiết bên ngoài, như: mưa, nắng, gió ... Từ đó giúp con người có nhiều thời gian để tận hưởng cuộc sống, như: trò chuyện, đọc sách, nghe nhạc ... Ngoài ra, giao thông công cộng còn giúp giảm ùn tắc giao thông, giảm lượng nhiên liệu tiêu thụ và ô nhiễm môi trường.

Từ ngữ:

❶ phương tiện giao thông đường bộ 道路的交通工具

❷ lái xe 駕駛

❸ tối ưu 最佳的

❹ vận hành 操作、經營

❺ ùn tắc （交通）阻塞

❻ nhiên liệu 燃料

❼ tiêu thụ 消耗

❽ ô nhiễm 污染

❾ đi lại 來回

❿ tận hưởng 享受

Câu 1: Chọn đáp án đúng 選出正確的答案

Nội dung chính đoạn văn trên là gì:

(A) Giao thông xanh.

(B) Ô nhiễm môi trường.

(C) Phương tiện giao thông công cộng.

Câu 2: Dựa vào bài đọc, xác định thông tin đúng (Đ) / sai (S)
閱讀後，判斷是否正確：Đ（正確）/ S（錯誤）

❶ Phương tiện giao thông đường bộ rất thân thiện với môi trường. Đ   S

❷ Giao thông xanh được coi là một giải pháp tối ưu để giảm ô nhiễm môi trường. Đ   S

❸ Một trong những cách vận hành giao thông xanh là sử dụng các nhiên liệu thân thiện với môi trường. Đ   S

❹ Giao thông công cộng chỉ mang lại lợi ích cá nhân nhưng không mang lại lợi ích cho xã hội. Đ   S

❺ Giao thông công cộng giúp giảm ùn tắc, giảm nhiên liệu tiêu thụ và ô nhiễm môi trường. Đ   S

VI KHÁM PHÁ VĂN HÓA VIỆT NAM
認識越南文化

THƠ, THÀNH NGỮ, BÀI HÁT, TRÒ CHƠI DÂN GIAN VÀ TRUYỆN CỔ TÍCH 詩、成語、歌謠、民間遊戲與民間故事

THÀNH NGỮ 成語

乘風破浪
ㄔㄥˊ ㄈㄥ ㄆㄛˋ ㄌㄤˋ
Cưỡi gió đạp sóng

註解：

越化漢越成語：船隻乘著風破浪前進，形容人勇往直前，征服挑戰。

Thành ngữ Hán Việt đã được Việt hóa: thành ngữ tiếng Trung miêu tả con thuyền thuận theo gió mà vượt sóng tiến về phía trước, cũng dùng để ẩn dụ sự dũng cảm đối đầu với khó khăn thử thách của con người. Trong tiếng Việt, câu thành ngữ giữ nguyên ý nghĩa và cách dùng, nhưng được thay đổi về cấu trúc và âm đọc, còn có cách dùng đồng nghĩa song song là "đạp gió rẽ sóng".

例句：

人生就像大海上的一條船，必須克服大自然的重重挑戰才能到達彼岸。我們要不斷**乘風破浪**，勇往直前。

Đời người giống như một chiếc thuyền trên biển cả, phải vượt qua biết bao thử thách của thiên nhiên mới có thể đến bờ bên kia. Chúng ta cần không ngừng **cưỡi gió đạp sóng**, dũng cảm tiến về phía trước.

Memo

Bài 8
第八課

GIẢI TRÍ: TÙY CẬU, KÈO NÀO CŨNG ĐƯỢC

娛樂：
隨你，怎麼安排都可以

句子 + nhỉ / nhé 句子 + 哦

không những ... mà còn ... (nữa) 不但⋯⋯而且⋯⋯

không chỉ ... mà cả ... (nữa) / không chỉ ... mà còn ... (nữa)
不只⋯⋯還有⋯⋯

名詞 + nào cũng được 名詞 + 什麼都可以

tùy + 第二人稱代名詞 隨便 + 第二人稱代名詞

Ryan: Nhật Bách ơi, thi xong cuối kỳ rồi, chúng mình đi đâu thư giãn tí
               nhỉ?

Nhật Bách: Đi đi. Mấy tuần ôn thi căng thẳng quá. Nhưng Ryan định rủ mình
               đi đâu vậy?

Ryan: Mình mới phát hiện ra quán bar này hay lắm, không những có
               thể ngắm cảnh hồ Gươm về đêm mà còn có rất nhiều loại đồ
               uống tuyệt hảo. Đặc biệt còn có biểu diễn nhạc sống nữa đấy.

Nhật Bách: Nghe thấy có vẻ lãng mạn nhỉ. Hay tối nay, chúng mình đi luôn
               nhỉ?

Ryan: Ngày nào cũng được, nhưng trừ tối nay nhé! Tối nay là sinh nhật
               bạn gái mình mà. Cậu quên à?

Nhật Bách: Chết, tớ nhớ ra rồi. Vita cũng mời tớ mà thi cử bận quá nên tớ
               cũng quên mất.

Ryan: Hi, không sao. Mình cũng quên, nhưng nàng nhắc khéo trên
               Facebook đấy. Vậy, hay 8 giờ tối thứ bảy, chúng mình đi nhé!

Nhật Bách: Ồ, tối thứ bảy, mình cũng không đi được đâu. Mình bắt thăm được một cặp vé đi xem múa rối nước miễn phí mà.

Ryan: Múa rối nước à? Mình nghe thấy nhiều rồi mà chưa được xem bao giờ.

Nhật Bách: Múa rối nước là một loại hình sân khấu dân gian, không chỉ độc đáo mà còn rất sáng tạo. Ngày xưa, nó còn được chọn để biểu diễn mừng thọ vua đấy.

Ryan: Trên lớp, cô giáo cũng nói: "Nếu các em muốn cảm nhận được không khí của nền văn minh nông nghiệp lúa nước trong xã hội Việt Nam xưa, thì nên đi xem múa rối nước."

Nhật Bách: Ừ, sống động lắm. Hơn nữa, âm nhạc dùng để biểu diễn cũng khá đặc sắc. Hay thứ bảy này, cậu đi xem múa rối nước cùng mình trước. Còn chủ nhật, bọn mình cùng đi bar nhé!

Ryan: Tùy cậu, kèo nào cũng được.

Bài một 第一課
Bài hai 第二課
Bài ba 第三課
Bài bốn 第四課
Bài năm 第五課
Bài sáu 第六課
Bài bảy 第七課
Bài tám 第八課
Bài chín 第九課
Bài mười 第十課
Bài mười một 第十一課
Bài mười hai 第十二課
Phụ lục 附錄

Ryan： 日博，期末考結束了，我們去哪裡放鬆一下呢？

日博： 那就走吧！過去幾週準備考試的壓力好大。那麼 Ryan 打算帶我去哪裡呢？

Ryan： 我最近發現一間很有趣的酒吧，不但可以欣賞還劍湖的夜景，而且還有很多很棒的飲料。特別是還有現場音樂表演。

日博： 聽起來好像很浪漫啊！還是我們今晚就馬上去？

Ryan： 除了今晚，哪一天都可以哦！你忘了今晚是我女友生日嗎？

日博： 糟糕，我想起來了。Vita 也有邀請我，但我忙著考試所以也忘了。

Ryan： 嘻，沒關係。我也忘了，但她在臉書有委婉地提醒我。那麼，我們還是星期六晚上八點去吧！

日博： 哇，我星期六晚上也去不了。我抽籤抽到兩張看水上木偶戲的免費門票。

Ryan： 水上木偶戲嗎？我已經聽說過很多次了，但從來沒看過。

日博： 水上木偶戲是一種民間戲劇，不僅獨特，而且極富創意。以前還曾經獲選為君王的祝壽表演。

Ryan： 課堂上，老師也說：「如果同學們想體會過往越南社會裡水稻農業文化的氛圍，那就該去看水上木偶戲。」

日博： 嗯，很生動。此外，用來表演的音樂也滿有特色的。還是這星期六你先和我一起去看水上木偶戲。到了週日，我們再一起去酒吧吧！

Ryan： 隨你，怎麼安排都可以。

II TỪ VỰNG 詞彙

❶ căng thẳng 緊張、壓力

❷ múa rối nước 水上木偶戲

❸ phát hiện 發現

❹ quán bar 酒吧

❺ ngắm cảnh 賞景

❻ tuyệt hảo 絕佳

❼ biểu diễn 表演

❽ nhạc sống 現場音樂表演

❾ lãng mạn 浪漫的

❿ nhắc khéo 委婉地提醒

⓫ sống động 生動、熱鬧

⓬ bốc thăm, bắt thăm 抽籤

⓭ sân khấu dân gian 民間戲劇

⓮ độc đáo 獨特的

⓯ sáng tạo 創造

⓰ mừng thọ 祝壽

⓱ không khí 氣氛

⓲ nền văn minh nông nghiệp lúa nước
   水稻農業文明、水稻農業文化的底蘊

⓳ đặc sắc 特色

⓴ kèo 方案、計畫（年輕人的説法）

Bài một 第一課
Bài hai 第二課
Bài ba 第三課
Bài bốn 第四課
Bài năm 第五課
Bài sáu 第六課
Bài bảy 第七課
Bài tám 第八課
Bài chín 第九課
Bài mười 第十課
Bài mười một 第十一課
Bài mười hai 第十二課
Phụ lục 附錄

III CHÚ THÍCH NGỮ PHÁP 文法解釋

（一）句子 + **nhỉ / nhé**　句子 + 哦

「**nhỉ / nhé**」放在句尾，只用於口語表達。

1. 形容詞 + nhỉ（吧）

發言者委婉表達自己的意見，希望對方也同意。

● Đồ ăn sáng ở Việt Nam phong phú **nhỉ**!
越南的早餐很豐富吧！

● Phố đi bộ Nguyễn Huệ náo nhiệt **nhỉ**!
阮惠步行街很熱鬧吧！

2. 提議或通知等訊息 + nhỉ（好嗎）？

用於發言者提出自己的意見或提議，希望聽者同意，但聽者可自己決定。

● Tối nay, chúng mình đi xe máy đến bar **nhỉ**?
今晚，我們騎摩托車去酒吧，好嗎？

● Hôm nay, tập luyện đến đây rồi nghỉ **nhỉ**?
今天練到這裡就休息，好嗎？

3. 句子 + nhé（哦）

用於發言者委婉地提議或邀請別人做某件事，希望聽者同意。

● Đi chơi nhớ về sớm con **nhé**!
孩兒，去玩記得早點回來哦！

● Cuối tuần này, chúng mình cùng đi tham quan Bảo tàng Dân tộc học **nhé**!
這個週末，我們去參觀民族學博物館吧！

（二）**không những ... mà còn ... (nữa)**　不但……而且……
　　　 không chỉ ... mà cả ... (nữa) / không chỉ ... mà còn ... (nữa)
　　　 不只……還有……

用來表達同性質與補充訊息的關係。

● Các trò chơi truyền thống ngày xưa **không những** lành mạnh **mà còn** thú vị **nữa**.
過去的傳統遊戲不僅健康，而且很有趣。

● Rất nhiều trò chơi điện tử **không chỉ** lãng phí thời gian **mà còn** có nhiều ảnh hưởng tiêu cực.
許多電子遊戲不僅浪費時間，而且會產生許多負面影響。

● Phở bò là món ăn **không chỉ** được người Việt Nam ưa thích **mà** (được) **cả** khách du lịch nước ngoài rất ưa chuộng.
牛肉河粉不僅是越南人喜愛的菜餚，也深受外國遊客的喜愛。

（三）名詞 + **nào cũng được**　名詞 + 什麼都可以

發言者用來表達自己接受所有的事物或現象等。

● Mẹ nấu ăn là số một, nên mẹ nấu món **nào cũng được** (ngon).
媽媽的廚藝第一，所以做哪一道菜都可以。

● Em dễ tính lắm, anh chọn thể loại phim **nào cũng được**.
我很隨和，你選任何類型的電影都可以。

（四）**tùy** + 第二人稱代名詞　隨便 + 第二人稱代名詞

表達發言者讓聽者自行決定。

● **Tùy** mẹ, con ăn gì cũng được.
看媽媽，我吃什麼都可以。

● Phim nào cũng được, **tùy** anh.
哪一部電影都可以，隨便你。

（一）SỬ DỤNG CÁC TỪ GỢI Ý ĐỂ THỰC HÀNH NÓI
使用提供的詞彙來表達以下的句子

Ví dụ:

náo nhiệt / vui

A: Phố Tạ Hiện náo nhiệt nhỉ?

B: Phố Tạ Hiện không những **náo nhiệt** mà còn **vui** nữa.

❶ thú vị / tốt cho sức khỏe

　　A: Đạp xe quanh hồ Tây vào buổi chiều thú vị nhỉ?

　　B: _____

❷ có nhiều loại hình du lịch / rẻ

　　A: Việt Nam có nhiều loại hình du lịch nhỉ?

　　B: _____

❸ tiện / không bị tắc đường

　　A: Tàu điện ngầm ở Đài Bắc tiện nhỉ?

　　B: _____

❹ đẹp / rất đặc sắc

　　A: Bảo tàng ở Đài Loan đẹp nhỉ?

　　B: _____

❺ xinh / hiền

　　A: Bạn gái cậu xinh nhỉ?

　　B: _____

❻ chơi bóng rổ cừ / học rất giỏi

　A: Nhật Bách chơi bóng rổ cừ nhỉ?

　B: _____

（二）SỬ DỤNG CÁC NGỮ PHÁP PHÙ HỢP TRONG BÀI ĐỂ HOÀN THÀNH CÁC ĐỐI THOẠI SAU　使用適當的語法來完成以下對話

Ví dụ:

A: Hè này lớp mình đi cắm trại ở Đà Lạt nhé!

B: Chỗ **nào cũng được**, chỉ cần lớp trưởng tổ chức là cả lớp sẽ đi thôi.

❶ A: Hay là chúng mình đi tham quan Văn Miếu nhỉ?

　B: _____ nào cũng được, chỉ cần là có thể được đi chơi.

❷ A: Hôm nay, cửa hàng ít khách quá, chúng ta nghỉ sớm đi nhỉ?

　B: _____ anh. Tôi thế nào cũng được.

❸ A: Con đừng bơi ở biển nữa nhé! Bơi ở biển _____ bị đen da rất nhanh _____ rất nguy hiểm.

　B: Dạ, con nghe thấy rồi ạ.

❹ A: Cuối tuần này, cậu sang nhà mình chơi nhé!

　B: Trò (chơi) _____, trừ chơi cờ ra nhé, vì mình chơi cờ kém lắm.

❺ A: Chúng mình đi xem phim trước, rồi đi ăn tối nhé!

　B: _____ anh, em cũng chưa đói ạ.

❻ A: Chúng mình đi ăn ở nhà hàng Việt Nam gần trường nhé!

　B: Nhà hàng _____, mình dễ ăn lắm mà.

（三）NỐI CỘT A VỚI CỘT B CHO PHÙ HỢP   連結 A 與 B

A	B
❶ Con đã tìm thấy ví của mẹ rồi,	ⓐ chắc là họ đã quay lại với nhau rồi.
❷ Anh ấy đã phải chăm chỉ làm việc và tăng ca trong nhiều năm,	ⓑ thì mới có thể hoàn thành được bản báo cáo cuối kỳ này.
❸ Tôi đã nhìn thấy họ đi ăn cùng nhau,	ⓒ sau nhiều năm họ bị thất lạc.
❹ Bà ấy đã nhận ra ông ấy,	ⓓ nó ở trên bàn trang điểm của mẹ.
❺ Chúng tôi phải làm việc nhóm vài lần,	ⓔ để mua được căn hộ ấy.

ĐỌC VÀ TRẢ LỜI CÂU HỎI　　閱讀後回答問題

Đoạn văn:

　　Dành thời gian bên chó, mèo hay nhiều loại động vật khác không chỉ góp phần cải thiện tâm trạng mà còn tốt cho sức khỏe của bạn. Hơn nữa, nếu bạn sở hữu vật nuôi và thân thiết với thú cưng thì vật nuôi còn có nhiều lợi ích hơn thế nữa.

　　Đầu tiên, những chú chó xinh xắn sẽ là nguồn động lực giúp bạn chăm đi dạo hơn. Bạn sẽ có nhiều thời gian để hít thở bầu không khí trong lành và tiếp xúc với ánh nắng mặt trời. Nhờ vậy, tâm trạng của bạn cũng sẽ được thư thái sau những giờ học tập và làm việc căng thẳng. Bên cạnh đó, ánh nắng mặt trời có thể giúp bạn tránh được các bệnh, như: béo phì, trầm cảm, ung thư và các bệnh về tim mạch.

　　Tiếp theo, thú cưng còn tham gia vào các hoạt động cùng bạn, như: ném đĩa hay nhảy múa. Điều đó sẽ giúp bạn có một thân hình cân đối, tăng cường năng lượng và phát triển cơ bắp, xương. Từ đó giúp bạn tự tin hơn.

　　Ngoài ra, nhiều nghiên cứu cũng chỉ ra rằng: "Nếu trẻ được tiếp xúc với các vật nuôi trong nhà thì nguy cơ trẻ mắc các bệnh hen suyễn và dị ứng cũng giảm đi một nửa."

　　Đối với những người độc thân, nếu bạn không thích ở một mình thì vật nuôi trong nhà có thể là những người bạn vô cùng tuyệt vời. Do vật nuôi rất nhạy cảm nên lúc nào bạn buồn thì chúng sẽ tìm cách giúp bạn vui lên. Chúng luôn lắng nghe tâm sự buồn vui của bạn. Chúng còn rất yêu thương và quý mến bạn, như: việc mừng rỡ chào đón bạn trở về, chơi đùa quanh bạn. Nhưng bạn cũng cần phải biết chăm sóc và yêu thương chúng trước khi mang chúng về nuôi.

Và cuối cùng chính là nhờ có chúng mà bạn có cơ hội kết giao với nhiều người. Thú cưng giúp bạn rút ngắn khoảng cách với những người lạ. Cho nên, bạn có thể dễ dàng làm quen với họ. Hay mở đầu câu chuyện khi bạn muốn làm quen với những người dân trong cùng khu phố.

Từ ngữ:

❶ cải thiện　改善

❷ thú cưng　寵物

❸ nguồn động lực　動機的來源

❹ thư thái　寬鬆

❺ trầm cảm　憂鬱症

❻ ném đĩa　丟飛盤

❼ cân đối　平衡的

❽ năng lượng　能量

❾ nhạy cảm　敏感的

❿ kết giao　結交

Câu 1: Chọn đáp án đúng　選出正確的答案

Nội dung chính đoạn văn trên là gì:

(A) Lợi ích của vật nuôi.

(B) Vật nuôi và những điều bạn chưa biết.

(C) Những điều bất lợi khi nuôi thú cưng.

Câu 2: Trả lời câu hỏi　回答問題

❶ Dành thời gian bên chó, mèo hay nhiều loại động vật khác có những lợi ích gì?

_____

_____

❷ Nếu bạn sở hữu vật nuôi và thân thiết với chúng thì bạn sẽ có mấy lợi ích từ chúng?

_____

_____

❸ Việc đi dạo với chó có những lợi ích nào?

_____

_____

❹ Thú cưng có thể tham gia những hoạt động nào cùng bạn?

_____

_____

❺ Nhiều kết quả nghiên cứu đã chỉ ra điều gì?

_____

_____

❻ Trước khi mang vật nuôi về nuôi thì bạn cần phải làm gì?

_____

_____

❼ Vì sao thú cưng lại giúp bạn có cơ hội kết giao với nhiều người?

_____

_____

第一課　Bài một
第二課　Bài hai
第三課　Bài ba
第四課　Bài bốn
第五課　Bài năm
第六課　Bài sáu
第七課　Bài bảy
第八課　Bài tám
第九課　Bài chín
第十課　Bài mười
第十一課　Bài mười một
第十二課　Bài mười hai
附錄　Phụ lục

THƠ, THÀNH NGỮ, BÀI HÁT, TRÒ CHƠI DÂN GIAN VÀ
TRUYỆN CỔ TÍCH　詩、成語、歌謠、民間遊戲與民間故事

THÀNH NGỮ　成語

樂而忘返
ㄌㄜˋ ㄦˊ ㄨㄤˋ ㄈㄢˇ
Vui quên đường về

註解：

越化漢越成語：指人快樂得忘了回去的路。

Thành ngữ Hán Việt đã được Việt hóa: thành ngữ tiếng Trung chỉ vui quá mà quên cả trở về. Trong tiếng Việt, câu thành ngữ giữ nguyên ý nghĩa, nhưng được thay đổi về âm đọc và từ tố, cách dùng đa dạng hơn so với tiếng Trung, đôi khi cũng dùng với ý chỉ trích những người vì ham chơi mà quên những thứ khác, hay nói "vui quên *đường* về" hoặc "vui quên *lối* về". Trong khẩu ngữ hay thêm chữ "cả", "vui quên cả *đường* về" hoặc "vui quên cả *lối* về".

例句：

他很久才跟朋友們聚會一次，所以在外通宵吃喝又唱歌，**樂而忘返**。

Lâu rồi anh ta mới tụ tập với bạn bè nên đi ăn uống hát hò thâu đêm, **vui quên cả lối về**.

ĐÁM CƯỚI VIỆT NAM: CUỐI TUẦN NÀY LÀ LỄ ĂN HỎI CỦA CHỊ GÁI MÌNH

越南婚禮：這週末是我姊姊的訂婚儀式

Những / đã ＋ 數字　　動詞 ＋ 已經 ＋ 數字

名詞 / 動詞 ＋ này ＋ 名詞 / 動詞 ＋ này　　列舉事物、現象

nào là ＋ 名詞 / 動詞 ＋ (này) ＋ nào là ＋ 名詞 / 動詞 ＋ (này)　　列舉事物、現象

(chỉ) e / ngại / lo / sợ ＋ là / rằng ＋ 句子　　恐怕 ＋ là / rằng ＋ 句子

trước đây ＋ 句子　　以前 ＋ 句子　　trước kia ＋ 句子　　之前 ＋ 句子

hồi trước ＋ 句子　　之前 ＋ 句子　　hồi ấy ＋ 句子　　那時候 ＋ 句子

用來表示過去的時間

Hải Anh: Vivian này, cuối tuần này là lễ ăn hỏi của chị gái mình. Cậu có thể đến bê tráp giúp chị mình, được không?

Vivian: May quá, cuối tuần này tớ rảnh. Nhưng, tớ chỉ lo là tớ chưa tham dự đám cưới Việt Nam bao giờ nên không biết bê lễ thế nào.

Hải Anh: Yên tâm, đơn giản lắm. Hôm đó, mình cũng bê mà. Nên cậu cứ làm theo như mình là được.

Vivian: Thế, tráp là gì vậy? Có nặng lắm không?

Hải Anh: À, tráp lễ là các tráp gỗ hình tròn, màu đỏ. Số tráp thường là số lẻ. Lễ vật trong tráp phong phú lắm, nào là trầu cau này, nào là trà, thuốc, mứt sen này, nào là bánh cốm, bánh su sê này, nào là bia, rượu, hoa quả này và cả 1 chút tiền nữa. Người nhà chú rể bê chính, còn chúng mình cùng đỡ nên không nặng lắm đâu.

Vivian: Nghe cậu nói, tớ thấy thú vị quá. Hi vọng bê tráp về, tớ cũng có bạn trai.

Hải Anh:	Hi hi (cười) ... Đội bê tráp nhà trai đều phải là người chưa kết hôn bao giờ nên hôm đó, cậu nhìn trúng ai thì mình làm mối cho. Mình mát tay lắm đó.
Vivian:	Hì, thế à? Nghe có hi vọng quá nhỉ? Hôm ấy, mình cần phải chuẩn bị gì không?
Hải Anh:	Hôm ấy cần những 9 người đỡ tráp. Đội bê tráp sẽ mặc áo dài, trang điểm nhẹ nhàng. Cậu chỉ cần đến sớm để thử áo dài.
Vivian:	Ừ, mình nhớ rồi. Hồi hộp thật đấy. À, mà như thế là cưới rồi đấy à?
Hải Anh:	Trước đây thường là sau ăn hỏi mới tới lễ thành hôn. Nhưng bây giờ cũng nhiều nhà tổ chức gộp luôn. Anh chị mình cũng tổ chức gộp luôn cho tiện, vì nhà chú rể ở xa lắm.
Vivian:	Chắc đây sẽ là 1 trải nghiệm thú vị lắm. Hôm đấy, chúng mình cùng trang điểm thật xinh nhé!

Bài một 第一課
Bài hai 第二課
Bài ba 第三課
Bài bốn 第四課
Bài năm 第五課
Bài sáu 第六課
Bài bảy 第七課
Bài tám 第八課
Bài chín 第九課
Bài mười 第十課
Bài mười một 第十一課
Bài mười hai 第十二課
Phụ lục 附錄

海英：　Vivian 啊，這週末是我姊姊的訂婚儀式。妳可以來幫我姊姊捧禮盒嗎？

Vivian：　真巧，這週末我有空。但是，我從未參加過越南的婚禮，擔心不知道怎麼捧禮盒。

海英：　放心，很簡單。那天，我也要捧禮盒啦！所以妳只要像我那樣做就好了。

Vivian：　那，訂婚禮盒是什麼呢？很重嗎？

海英：　嗯，禮盒是一些紅色的圓形木盒。禮盒的數量通常是奇數。禮盒裡的禮品很豐富：有檳榔、茶葉、香菸、乾蓮子、糯米綠豆餅、夫妻餅，還有啤酒、烈酒、水果和一筆現金等等。主要是新郎家人捧著，我們再一起扶，所以不算太重。

Vivian：　聽妳講完，我覺得很有趣。希望捧完禮品後，我也會有男朋友。

海英：　嘻嘻（笑）……新郎家的伴郎群都是沒結過婚的人，那天妳看上誰我就來做媒吧！我手氣很好哦！

Vivian：　啊，真的啊？聽起來很有希望耶？那天，我需要準備什麼嗎？

海英：　那天需要 9 個人捧禮盒，捧禮盒（的女性）隊伍要穿著奧黛，化淡妝。妳只要早一點來試穿奧黛就好了。

Vivian：　嗯，我記得了。好興奮呀！啊，像這樣就是結婚了，對嗎？

海英：　以前通常是先訂婚後才有成親儀式。但現在也有很多家庭合起來舉辦。我姊姊與她的未婚夫為了方便也一起舉辦，因為準新郎的家很遠。

Vivian：　這一定會是個很有趣的體驗。那天，我們一起化個很漂亮的妝吧！

II TỪ VỰNG 詞彙

MP3-26

❶ lễ ăn hỏi 訂婚儀式

❷ bê (lễ) 捧（禮盒）、捧（禮品）

❸ đỡ 扶

❹ tráp (lễ) 匣子（禮）

❺ lễ vật 禮品

❻ phong phú 豐富

❼ trầu cau 檳榔

❽ bánh cốm 糯米綠豆餅

❾ bánh su sê 夫妻餅

❿ chú rể 新郎

⓫ đội 隊伍

⓬ kết hôn 結婚

⓭ nhìn trúng 看上

⓮ làm mối 做媒

⓯ hi vọng 希望

⓰ áo dài 奧黛

⓱ trang điểm 化妝

⓲ lễ thành hôn 婚禮

⓳ cưới 結婚

⓴ tổ chức 舉辦

Bài một 第一課
Bài hai 第二課
Bài ba 第三課
Bài bốn 第四課
Bài năm 第五課
Bài sáu 第六課
Bài bảy 第七課
Bài tám 第八課
Bài chín 第九課
Bài mười 第十課
Bài mười một 第十一課
Bài mười hai 第十二課
Phụ lục 附錄

Ⅲ CHÚ THÍCH NGỮ PHÁP 文法解釋

（一）Những / đã + 數字　動詞 + 已經 + 數字

此句型用來強調數量之多、高、老、久、貴……。其中「đã" + số từ」常跟時間搭配，表示完成的意思。

- Anh ấy cần **những 11** người bê tráp.
  他需要到 11 個人來捧禮盒。

- Căn biệt thự này có giá **những 50** tỉ.
  這棟別墅耗資到 500 億美元。

- Họ lấy nhau **đã 5** năm rồi.
  他們已經結婚 5 年了。

- Anh chờ em **đã gần 1** tiếng rồi.
  我已經等你快 1 個小時了。

（二）名詞 / 動詞 + này + 名詞 / 動詞 + này　列舉事物、現象

口語用法，用來強調列舉的事物、現象等。表達時注意要說快一點，會顯得比較自然。

- Đám cưới ở Việt Nam có nhiều lễ lắm, như: lễ ăn hỏi **này**, lễ thành hôn **này**, lễ lại mặt **này**.
  越南的婚禮有許多儀式，例如：訂婚儀式、結婚儀式、歸寧儀式。

- Tráp cưới có trà **này**, bánh cốm **này**, cả rượu nữa ... nhiều thứ lắm!
  訂婚禮盒裡有茶、糯米綠豆餅、酒……好多東西！

第一課 Bài một
第二課 Bài hai
第三課 Bài ba
第四課 Bài bốn
第五課 Bài năm
第六課 Bài sáu
第七課 Bài bảy
第八課 Bài tám
第九課 Bài chín
第十課 Bài mười
第十一課 Bài mười một
第十二課 Bài mười hai
附錄 Phụ lục

（三）**nào là** + 名詞 / 動詞 + **(này)** + **nào là** + 名詞 / 動詞 + **(này)**
　　　列舉事物、現象

　　口語用法，用來強調列舉的事物、現象等。可以跟「... này ... này」搭配，以達到強調的意義。

● Trong ngày cưới, cô dâu thường bận lắm, **nào là** trang điểm, **nào là** mặc váy cưới, **nào là** chụp ảnh cưới.
　婚禮當天，新娘往往很忙，化妝、穿婚紗、拍婚紗照。

● Chuẩn bị cho đám cưới vất vả lắm, **nào là** đồ ăn hỏi **này**, **nào là** quần áo **này**, **nào là** xe đón dâu **này**.
　籌備婚禮非常辛苦，又是訂婚禮盒，又是婚紗，又是迎接新娘的車。

（四）**(chỉ) e / ngại / lo / sợ** + **là / rằng** + 句子
　　　恐怕 + **là / rằng** + 句子

　　用來表示發言者擔心某件事可能發生不好或不順利的結果，常跟「chỉ」（只）一起搭配使用。

● Tôi **e là** ngày mai trời mưa.
　我擔心的是明天會下雨。

● Anh ấy **chỉ ngại là** bị cô ấy từ chối.
　他只是害怕被她拒絕。

● Bố mẹ anh ấy **chỉ lo rằng** anh ấy và người yêu không hợp tuổi.
　他的父母只擔心他和他的女朋友八字不合。

● Cô ấy **chỉ sợ rằng** hôm cưới trời sẽ mưa.
　她只擔心婚禮當天會下雨。

（五）**trước đây** + 句子　　以前 + 句子
　　　　trước kia + 句子　　之前 + 句子
　　　　hồi trước + 句子　　之前 + 句子
　　　　hồi ấy + 句子　　　那時候 + 句子

　　　　用來表示過去的時段與現在、將來的時間對比。

- **<u>Trước đây</u>**, cỗ cưới thường tự nấu. Nhưng, bây giờ đã có dịch vụ nấu cỗ rồi.
  過去，婚宴的餐點通常是自己烹調的。但是，現在有提供烹調服務了。

- **<u>Trước kia</u>**, cưới xin thường đủ các bước, còn bây giờ thường đơn giản hơn.
  過去，結婚常常需要很多步驟，但現在通常會比較簡單。

- **<u>Hồi trước</u>**, họ là bạn học cùng lớp, bây giờ họ là vợ chồng.
  以前他們是同學，現在是夫妻。

- **<u>Hồi ấy</u>**, ai cũng biết chuyện tình của họ.
  那時，誰都知道他們的戀情。

第 一 課 Bài một
第 二 課 Bài hai
第 三 課 Bài ba
第 四 課 Bài bốn
第 五 課 Bài năm
第 六 課 Bài sáu
第 七 課 Bài bảy
第 八 課 Bài tám
第 九 課 Bài chín
第 十 課 Bài mười
第 十一 課 Bài mười một
第 十二 課 Bài mười hai
附 錄 Phụ lục

Ⅳ LUYỆN TẬP 練習

（一）SỬ DỤNG CÁC TỪ GỢI Ý ĐỂ THỰC HÀNH NÓI
使用提供的詞彙來表達以下的句子

Ví dụ:

Tôi chỉ lo ngày mai trời sẽ mưa. (lo rằng)

→ Tôi chỉ lo rằng ngày mai trời sẽ mưa.

❶ Anh ấy lo lắng sẽ không kịp về nước để tham dự đám cưới của chị gái. (lo là)

_____

❷ Bố mẹ sợ các con không hợp tuổi. (sợ là)

_____

❸ Bạn ngại vì không biết có giúp gì được cho bạn thân không. (ngại rằng)

_____

❹ Bạn lo lắng là mình sẽ hát không hay trong tiệc cưới của bạn thân. (e rằng)

_____

❺ Bạn lo tiệc cưới chưa được chu đáo. (lo rằng)

_____

❻ Cô dâu đang lo lắng không mặc vừa áo cưới vì bị tăng cân. (sợ rằng)

_____

（二）THỰC HÀNH VIẾT CÁC CÂU THEO MẪU SAU　依照範例造句

Ví dụ:

A: Trước đây, anh làm gì?

B: Trước đây, **tôi làm những 3 việc**. Nào là phiên dịch viên này, nào là giáo viên ngoại ngữ này, nào là quản lý trung tâm này.

❶ A: Hồi trước, anh "bắt cá nhiều tay" nhỉ?

　 B: Hồi trước, _____ Nào là người yêu cùng cơ quan này, nào là người yêu ở quê này, nào là người yêu ở công ty đối tác này.

❷ A: Hồi ấy, cậu học nhiều trường nhỉ?

　 B: Hồi ấy, _____ Nào là Trường Đại học Khoa học xã hội và Nhân văn này, nào là Trường Đại học Ngoại ngữ quốc gia này.

❸ A: Trước kia, đám cưới Việt Nam nhiều bước nhỉ?

　 B: Trước kia, _____ Nào là lễ chạm ngõ này, nào là lễ ăn hỏi này, nào là lễ thành hôn này, nào là lễ lại mặt này.

❹ A:Tráp lễ ăn hỏi nhiều nhỉ?

　 B: Đúng vậy, ít nhất _____ trở lên. Nào là tráp trầu cau này, nào là tráp bánh kẹo này, nào là tráp rượu, bia, thuốc lá này ...

❺ A: Trước đây, cậu học nhiều ngoại ngữ nhỉ?

　 B: Ừ, _____ cùng một lúc. Nào là tiếng Việt này, nào là tiếng Anh này, nào là tiếng Pháp này.

（三）NỐI CỘT A VỚI CỘT B CHO PHÙ HỢP 連結 A 與 B

A	B
❶ Ăn hỏi chị gái tôi có năm tráp,	ⓐ đã 30 năm rồi.
❷ Đã 40 tuổi rồi,	ⓑ mà nhà cô dâu mời những 300 khách.
❸ Bố mẹ tôi cưới nhau,	ⓒ những 6 năm.
❹ Đám cưới anh tôi mời 60 khách,	ⓓ mà nhà chị cậu tận mười một tráp.
❺ Họ yêu xa,	ⓔ mà anh ấy vẫn chưa lập gia đình.

ĐỌC VÀ TRẢ LỜI CÂU HỎI 閱讀後回答問題

Đoạn văn:

Kể từ trước kia cho đến hiện nay, đám cưới vẫn luôn là một nghi thức truyền thống, đầy linh thiêng. Quy trình cơ bản gồm bốn bước: dạm ngõ (chạm ngõ), lễ ăn hỏi, lễ thành hôn và lễ lại mặt.

Dạm ngõ là khởi đầu cho mối quan hệ giữa nhà trai và nhà gái để hai nhà chính thức gặp mặt và chào hỏi lẫn nhau, thường chỉ có người thân của hai gia đình tham dự. Họ sẽ cùng bàn bạc các thủ tục cưới và thống nhất thời gian tổ chức lễ ăn hỏi và lễ thành hôn (đám cưới) của hai con.

Lễ ăn hỏi là buổi ra mắt chính thức không chỉ hai gia đình mà còn cả của bà con của hai họ. Nhà trai mang tráp lễ sang nhà gái để hỏi cưới. Nhà gái sẽ nhận lễ vật như một sự đồng ý. Đại diện bên nhà trai sẽ phát biểu trước, đại diện bên nhà gái sẽ đáp lời. Tiếp theo, đại diện nhà gái sẽ dẫn hai con làm lễ gia tiên. Trước khi về, nhà gái sẽ gửi lại cho bên nhà trai một phần lễ vật, gọi là lại quả.

Sau lễ ăn hỏi vài ngày hoặc vài tuần thì thường diễn ra tiệc cưới. Đây thường là ngày lành tháng tốt. Tiệc cưới có thể được tổ chức tại nhà riêng, nhà hàng hay khách sạn tùy điều kiện và văn hóa vùng miền. Nhà trai sang nhà gái để đón dâu về, làm lễ gia tiên tại nhà chú rể rồi tham gia dự tiệc cưới. Khách mời mừng cưới bằng hiện vật hoặc một khoản tiền đựng trong phong bì, sau đó họ tham dự một bữa cơm thân mật với hai gia đình. Cô dâu và chú rể đến từng bàn chạm cốc để cảm ơn mọi người.

Sau lễ cưới, nếu có điều kiện thuận lợi, đôi vợ chồng trẻ có thể về lại mặt bố mẹ vợ để cảm ơn và thể hiện sự quan tâm của hai con với bên nhà gái. Ngoài ra, hai vợ chồng còn lên kế hoạch đi hưởng tuần trăng mật ở nơi họ yêu thích.

Từ ngữ:

❶ nghi thức　儀式

❷ linh thiêng　靈驗

❸ quy trình　流程

❹ lễ lại mặt　歸寧

❺ khởi đầu　起頭、開始

❻ thống nhất　確定、同意

❼ lễ gia tiên　祭祖儀式

❽ lại quả　送回一份禮品、回扣

❾ hưởng　享受

❿ tuần trăng mật　蜜月

Câu 1: Chọn đáp án đúng　選出正確的答案

Nội dung chính đoạn văn trên là gì:

(A) Nghi thức truyền thống của Việt Nam.

(B) Thủ tục cưới hỏi ở Việt Nam.

(C) Đám cưới.

Bài một 第一課
Bài hai 第二課
Bài ba 第三課
Bài bốn 第四課
Bài năm 第五課
Bài sáu 第六課
Bài bảy 第七課
Bài tám 第八課
Bài chín 第九課
Bài mười 第十課
Bài mười một 第十一課
Bài mười hai 第十二課
Phụ lục 附錄

Câu 2: Dựa vào bài đọc, xác định thông tin đúng (Đ) / sai (S)

閱讀後，判斷是否正確：Đ（正確）/ S（錯誤）

❶ Quy trình đám cưới cơ bản gồm 4 bước: Dạm ngõ, lễ ăn ☐ Đ ☐ S
   hỏi, lễ thành hôn, tuần trăng mật.

   _____

❷ Mục đích của Dạm ngõ là để họ hàng, bạn bè của 2 bên ☐ Đ ☐ S
   gia đình được chính thức gặp mặt nhau.

   _____

❸ Nhà gái nhận lễ vật của nhà trai trong lễ ăn hỏi để thể hiện ☐ Đ ☐ S
   sự đồng ý và nhà gái sẽ lại quả cho nhà trai trước khi họ ra
   về.

   _____

❹ Khách mời mừng cưới bằng hiện vật hoặc tiền. ☐ Đ ☐ S

   _____

❺ Sau lễ cưới, đôi vợ chồng trẻ cần phải lại mặt và đi hưởng ☐ Đ ☐ S
   tuần trăng mật.

   _____

VI KHÁM PHÁ VĂN HÓA VIỆT NAM
認識越南文化

THƠ, THÀNH NGỮ, BÀI HÁT, TRÒ CHƠI DÂN GIAN VÀ TRUYỆN CỔ TÍCH　詩、成語、歌謠、民間遊戲與民間故事

THÀNH NGỮ　成語

終身大事
ㄓㄨㄥ ㄕㄣ ㄉㄚˋ ㄕˋ
Chung thân đại sự

註解：

原樣漢越成語：指人一生中極為重要的大事，多指婚事。

Thành ngữ Hán Việt nguyên dạng: câu thành ngữ miêu tả việc lớn vô cùng quan trọng trong cuộc đời của con người, thường chỉ việc hôn nhân. Trong tiếng Việt còn có cách nói đồng nghĩa song song là "đại sự cả đời" hoặc giản lược là "đại sự".

例句：

現在，許多人並不把結婚當作**終身大事**，反而喜歡速食戀愛，享受一個人自由自在的生活。

Hiện nay, nhiều người không coi kết hôn là việc **chung thân đại sự**, mà lại thích yêu đương chớp nhoáng, tận hưởng cuộc sống một mình tự do tự tại.

Bài một 第一課
Bài hai 第二課
Bài ba 第三課
Bài bốn 第四課
Bài năm 第五課
Bài sáu 第六課
Bài bảy 第七課
Bài tám 第八課
Bài chín 第九課
Bài mười 第十課
Bài mười một 第十一課
Bài mười hai 第十二課
Phụ lục 附錄

Memo

Bài 10
第十課

DÂN CA QUAN HỌ VÀ HỘI LIM: BÈO DẠT MÂY TRÔI

官賀民歌與林廟會：白雲飄浮萍移

形容詞＋ơi là＋形容詞　非常＋形容詞

動詞與形容詞＋chứ　表示「當然」

không ai không biết　無人不知（「ai cũng biết」意為「誰都知道」）

主語＋動詞／形容詞＋đến nỗi／đến mức　達到了……的程度

形容詞＋副詞：ra／lên／đi／lại　變得

Vivian: Mùa Xuân này về Việt Nam chúng mình cùng đi nghe hát quan
           họ Bắc Ninh, được không?

Vita: Đi chứ, hồi nhỏ suốt ngày em được nghe mẹ hát ru bài "Bèo dạt
           mây trôi", nhiều đến nỗi giờ em vẫn nhớ giai điệu của bài hát
           này.

Vivian: Hình như người Việt Nam không ai là không biết đến các làn
           điệu quan họ Bắc Ninh thì phải.

Vita: Đúng vậy, những bài hát quan họ làm cho những người xa quê
           hương như chúng mình rất nhớ nhà. Thế chị thích nhất những làn
           điệu Quan họ nào?

Vivian: Người ơi người ở đừng về này, Qua cầu gió bay này, Trống cơm
           này, Hoa thơm bướm lượn này ... nhiều lắm ... kể không hết.

Vita: Nghe nói hàng năm Việt Nam đều tổ chức Hội Quan họ phải
           không chị?

Vivian: Đúng rồi, hội Quan họ có tên chính thức là hội Lim, được tổ chức hàng năm vào ngày 13 tháng Giêng Âm lịch ở Bắc Ninh. Nghe nói Bắc Ninh còn là cái nôi của văn hóa dân gian như quan họ, ca trù, chèo, múa rối nước đấy.

Vita: Hội Lim chỉ có thi hát quan họ thôi hả chị?

Vivian: Các liền anh liền chị thường biểu diễn hoặc thi hát quan họ trên đồi hoặc trên thuyền. Ngoài ra, Hội Lim còn có nhiều các hoạt động khác nữa như đấu vật, đu bay, đánh cờ người nữa ... vui ơi là vui. Nghe nói chương trình mỗi năm một phong phú lên.

Vita: Thú vị quá nhỉ, chắc chắn em sẽ đi.

Bài một　第一課
Bài hai　第二課
Bài ba　第三課
Bài bốn　第四課
Bài năm　第五課
Bài sáu　第六課
Bài bảy　第七課
Bài tám　第八課
Bài chín　第九課
Bài mười　第十課
Bài mười một　第十一課
Bài mười hai　第十二課
Phụ lục　附錄

Vivian： 這個春天，我們回越南一起去聽北寧官賀民歌好嗎？

Vita： 走吧！小時候整天聽媽媽唱〈白雲飄浮萍移〉搖籃曲，次數多到至今還記得這首歌的旋律。

Vivian： 在越南似乎沒有人不知道北寧官賀民歌的旋律。

Vita： 沒錯，官賀民歌讓我們這些遠離家鄉的人很想家。那麼妳最喜歡官賀民歌的哪首曲子？

Vivian： 〈你不要走〉啊、〈過橋風吹〉啊、〈飯鼓〉啊、〈花若香開蝴蝶自來〉……很多，講不完。

Vita： 聽說越南每年都會舉辦官賀民歌節，對吧？

Vivian： 沒錯，每年農曆正月十三在北寧都會舉行官賀民歌節，正式名稱為林廟會。聽說，北寧還是官賀民歌、歌籌、嘲劇、水上木偶等民間文化的發源地。

Vita： 林廟會是只有唱官賀民歌的比賽是嗎？

Vivian： 連兄連姊表演者常在山上或船上進行歌唱比賽或表演。此外，林廟會還有很多其他活動，像是摔角、盪鞦韆（空中飛人）、下人體象棋……很好玩。聽說每年的節目越來越豐富。

Vita： 太有趣了，我一定要去看看。

❶ liền anh liền chị
連兄連姊（指官賀民歌的表演者）

❷ hát quan họ Bắc Ninh　北寧官賀民歌

❸ hát ru　搖籃曲

❹ Bèo dạt mây trôi　白雲飄浮萍移

❺ giai điệu, làn điệu　旋律

❻ không ai không biết　無人不知

❼ Người ơi người ở đừng về
你不要走（歌名）

❽ Qua cầu gió bay　過橋風吹（歌名）

❾ Trống cơm
飯鼓（歌名，同時也是越南傳統鼓樂器）

❿ Hoa thơm bướm lượn
花若香開蝴蝶自來（歌名）

⓫ kể không hết　講不完

⓬ chính thức　正式的、官方的

⓭ hội Lim　林廟會、林節

⓮ thi　考試、比賽

⓯ đồi　山丘

⓰ thuyền　船

⓱ đấu vật　摔角

⓲ đu bay　盪鞦韆

⓳ đánh cờ người　下人體象棋

⓴ cái nôi　搖籃

㉑ ca trù　歌籌
（「歌籌」是越南北部的一種唱詩曲的方式，歌詞由傳統的越南詩體撰寫而成。表演形式為：一名女歌手一邊歌唱並敲擊拍板，其他兩名樂手彈奏三弦詩琴和讚鼓。）

㉒ chèo　嘲劇
（「嘲劇」是越南傳統的民族戲曲形式，通常是帶有歌舞的音樂戲劇形式，且帶有嘲諷和戲謔的意味。）

㉓ văn hóa dân gian
民間文化、民俗文化

Ⅲ CHÚ THÍCH NGỮ PHÁP 文法解釋

（一）形容詞 + ơi là + 形容詞　非常 + 形容詞

- Chợ hoa ngày Tết **đông ơi là đông**.
  過年花市的人好多。

- Mùa hè ở Việt Nam **nóng ơi là nóng**.
  越南的夏天好熱。

（二）動詞或形容詞 + chứ　表示「當然」

- Q: Sáng mai em có muốn đi ăn phở với chị không?
  明天早上你想跟我一起去吃河粉嗎？

  A: Đi **chứ**!
  去啊！

- Q: Anh có yêu em nhiều không?
  你很愛我嗎？

  A: Nhiều **chứ**, anh yêu em rất nhiều.
  是啊，我很愛妳。

（三）không ai không biết　無人不知（「ai cũng biết」意為「誰都知道」）

- Ở Đài Loan **không ai không biết** ca sỹ Jay Chou.
  在臺灣沒人不知道歌手周杰倫。

- Hầu như **ai cũng biết** phở là món ăn nổi tiếng của Việt Nam.
  幾乎每個人都知道河粉是越南有名的一道菜。

（四）主語 + 動詞 / 形容詞 + đến nỗi / đến mức
到……的地步、到……程度

> ・A 行動 + đến nỗi + B　達到了……的程度
>
> 表示極端的程度。通常後面會專注在一個不良的結果或情況。
>
> ・A 狀態 + đến mức + B　達到了……的程度
>
> 表示達到了一個特定的水平或階段。強調結果或成果。
>
> ・主語1 + 動詞 / 形容詞 + đến nỗi / đến mức + 主語2 + 動詞 / 形容詞

- Cô ấy yêu đương mù quáng **đến nỗi** bỏ hết mọi thứ vì người yêu.

  她愛得盲目，甚至為愛人放棄了一切。

- Anh ấy thích món bánh cuốn của nhà hàng này **đến mức** chỉ ăn ở đây thôi.

  他非常喜歡這家餐廳的（越式）粉捲，以至於他只在這裡吃。

（五）形容詞 + 副詞：ra / lên / đi / lại　變得

1. 形容詞 + ra / lên：

   此時「ra」、「lên」等副詞用來指向正面的形容詞。

- Dạo này trông anh có vẻ khỏe **ra**.

  最近你看起來好像（變得）更健康。

- Hãy vui **lên** bạn ơi.

  振作起來，我的朋友。

2. 形容詞 + đi / lại：

   此時「đi」、「lại」等副詞用於表示消極的方向或被認為是消極的事情。

- Khí hậu trái đất càng ngày càng xấu **đi**.

  地球的氣候變得越來越糟糕。

- Bông hoa quên không cắm vào nước bị héo quắt **lại**.

  花忘記放到水裡面，就枯萎了。

Ⅳ LUYỆN TẬP 練習

（一）SỬ DỤNG CÁC TỪ GỢI Ý ĐỂ THỰC HÀNH NÓI
使用提供的詞彙來表達以下的句子

Ví dụ:

thích – chứ - tiếng Việt – thú vị

→ A: Bạn thích học tiếng Việt không?

B: Thích chứ, tiếng Việt rất thú vị.

❶ ăn / bún bò Huế / chứ / ngon

_____

_____

❷ nói / biết / tiếng Việt / nhưng / phát âm tiếng Việt hơi khó / chứ

_____

_____

❸ muốn / đi Việt Nam du lịch / chứ / nhưng chưa tiết kiệm đủ tiền

_____

_____

❹ biết chứ / nhóm nhạc Blackpink / Hàn Quốc / thanh niên ai cũng biết

_____

_____

❺ biết nói tiếng Trung / biết chứ / tiếng mẹ đẻ

_____

_____

（二）THỰC HÀNH VIẾT CÁC CÂU THEO MẪU SAU　依照範例造句

Ví dụ:

từ lúc nhỏ / những làn điệu / đã / quan họ / tôi / rất thích nghe

→ Từ lúc nhỏ tôi đã rất thích nghe những làn điệu quan họ.

❶ trên thuyền / trên đồi / hát quan họ / các liền anh liền chị / thường / hoặc

_____

_____

❷ Trống cơm / không ai không biết / Qua cầu gió bay / người Việt Nam / Hoa thơm bướm lượn / các bài hát quan họ như

_____

_____

❸ thường có / đánh cờ người / ở hội Lim / các hoạt động / như / đu bay / đấu vật

_____

_____

❹ xem hát Quan họ / nếu / mình / đi Bắc Ninh du lịch / chắc chắn / sẽ đi

_____

_____

❺ là lễ hội / ở Bắc Ninh / truyền thống / hội Lim / nổi tiếng nhất

_____

_____

（三）NỐI CỘT A VỚI CỘT B CHO PHÙ HỢP　連結 A 與 B

A	B
❶ Khi học xong phát âm tiếng Việt, không ai không biết	ⓐ nên cả nhà vui ơi là vui.
❷ Năm nay anh cả thi đỗ vào đại học Ngoại thương	ⓑ cả năm học không nghỉ học một buổi nào.
❸ Hè này chúng mình cùng đi Việt Nam du lịch được không?	ⓒ và là 1 trong những lễ hội lớn nhất của Việt Nam.
❹ Anh ấy thích học tiếng Việt đến mức	ⓓ tiếng Việt có 29 chữ cái và 6 thanh điệu.
❺ Hội Quan họ có tên chính thức là hội Lim	ⓔ Đi chứ, chúng mình sẽ đi Nha Trang nhé.

V BÀI ĐỌC 閱讀

ĐỌC VÀ TRẢ LỜI CÂU HỎI　閱讀後回答問題

Đoạn văn:

Nhiều địa phương thuộc tỉnh Bắc Ninh và Bắc Giang ở miền Bắc Việt Nam thông qua các phong tục tập quán, như dân ca quan họ Bắc Ninh, để củng cố mối dây liên kết giữa các làng xã với nhau.

Kiểu hát này được trình bày theo hình thức hai người nữ (liền chị) cùng làng hát xen kẽ nhau, sau đó hai người nam (liền anh) ở làng khác hát đối đáp lại bằng cùng một giai điệu nhưng khác lời.

Theo truyền thống, người nữ đội khăn mỏ quạ trên đầu và mặc áo tứ thân; người nam đội khăn xếp, tay cầm ô và mặc áo dài.

Có hơn 400 bài hát và 213 làn điệu dân ca quan họ Bắc Ninh, thể hiện tình cảm con người, như sự nhớ thương và nỗi buồn lúc chia tay với người yêu hay niềm vui sướng lúc được gặp lại.

Tuy nhiên, theo phong tục thì các liền anh và liền chị không được kết hôn với nhau.

Việc hát chúc mừng thường diễn ra trong các buổi lễ, các hoạt động lễ hội, thi đấu và sự kiện không chính thức.

Trong các bữa tiệc, trước khi hát chia tay, quan khách ngâm thơ tặng chủ nhà.

Dân ca quan họ Bắc Ninh thể hiện bản sắc tinh thần dân tộc, góp phần vào việc củng cố mối dây liên kết xã hội, sự chia sẻ, trân quý một phong tục văn hóa giữa các địa phương.

Bài một 第一課
Bài hai 第二課
Bài ba 第三課
Bài bốn 第四課
Bài năm 第五課
Bài sáu 第六課
Bài bảy 第七課
Bài tám 第八課
Bài chín 第九課
Bài mười 第十課
Bài mười một 第十一課
Bài mười hai 第十二課
Phụ lục 附錄

Từ ngữ:

1. phong tục tập quán　風俗習慣
2. áo tứ thân　四身衣（越南的傳統民族服飾之一，通常為女性所穿著）
3. khăn mỏ quạ　傳統黑頭巾
4. tinh thần　精神
5. bản sắc　本色
6. làng xã　村莊
7. củng cố　鞏固
8. ngâm thơ　唸詩、唸誦詩歌
9. hát đối đáp xen kẽ　交替對唱
10. khăn xếp　折疊頭巾

Câu 1: Chọn đáp án đúng　選出正確的答案

Nội dung chính đoạn văn trên là gì:

(A) Giới thiệu về Bắc Ninh Bắc Giang.

(B) Giới thiệu về Quan họ Bắc Ninh.

(C) Giới thiệu về các liền anh liền chị.

Câu 2: Dựa vào bài đọc, xác định thông tin đúng (Đ) / sai (S)

閱讀後，判斷是否正確：Đ（正確）/ S（錯誤）

❶ Kiểu hát quan họ được hai người nữ và hai người nam
cùng hát đối đáp xen kẽ.

☐ Đ ☐ S

_____

❷ Có hơn 213 bài hát và 400 làn điệu dân ca quan họ Bắc
Ninh.

☐ Đ ☐ S

_____

❸ Trong các bữa tiệc, trước khi hát chia tay, chủ nhà ngâm
thơ tặng quan khách.

☐ Đ ☐ S

_____

❹ Theo phong tục thì các liền anh và liền chị luôn kết hôn
với nhau.

☐ Đ ☐ S

_____

❺ Theo truyền thống, người nữ đội khăn mỏ quạ trên đầu
và mặc áo tứ thân; người nam đội khăn xếp, tay cầm ô và
mặc áo dài.

☐ Đ ☐ S

_____

第一課 Bài một
第二課 Bài hai
第三課 Bài ba
第四課 Bài bốn
第五課 Bài năm
第六課 Bài sáu
第七課 Bài bảy
第八課 Bài tám
第九課 Bài chín
第十課 Bài mười
第十一課 Bài mười một
第十二課 Bài mười hai
附錄 Phụ lục

THƠ, THÀNH NGỮ, BÀI HÁT, TRÒ CHƠI DÂN GIAN VÀ TRUYỆN CỔ TÍCH 詩、成語、歌謠、民間遊戲與民間故事

BÀI HÁT 歌謠

"BÈO DẠT MÂY TRÔI"　　　　　〈白雲飄浮萍移〉參考中譯

Bèo dạt mây trôi chốn xa xôi	浮萍流雲不知回
Anh ơi em vẫn đợi bèo dạt	翹首還待佳人歸
Mây (í ì i) trôi, chim ca, tang tính tình, cá lội	鳥散魚去人兩別
Ngậm một tin trống, hai tin đợi, ba bốn tin chờ	夜更鼓鳴不得眠
Sao chẳng thấy đâu	緣何不得見

Một mảnh trăng treo suốt đêm thâu	孤月影隻懸徹夜
Em ơi trăng đã ngả ngang đầu	伊人可知明月斜
Thương nhớ ai, sương rơi	朝露已逝惦記誰
Đêm sắp tàn, trăng tàn	夜幕將退月已謝
Cành tre đưa trước ngõ, là gió la đà	弄堂竹影倩
Em vẫn mong chờ sao chẳng thấy đâu	思君盼君如何不見

Ngày ngày ra trông chốn xa xăm	日日登高顧盼望遠
Anh ơi em vẫn đợi mỏi mòn	我還等著佳人歸
Ra trông	次次回眸遠無邊
Sao xa tang tính tình, cá vờn	遠方佳人可記得坐看
Người đi xa có nhớ	鵬鳥翱翔天邊
Là nhớ ai ngồi trông cánh chim trời	思君盼君如何不見
Sao chẳng thấy đâu	緣何仍不見

Mỏi mòn đêm thâu suốt năm canh	夜已五更心力交瘁
Anh ơi em vẫn đợi mỏi mòn	我還等著佳人歸
Thương nhớ ai chim ơi cho nhắn một đôi lời	盼得誰鳥喙銜來紅枝一對
Người đi xa có nhớ	遠方佳人可記得坐看
Là nhớ ai ngồi trông cánh chim trời	鵬鳥翱翔天邊
Sao chẳng thấy đâu	緣何仍不見

TẾT NGUYÊN ĐÁN: LỄ HỘI TRUYỀN THỐNG LỚN NHẤT TRONG NĂM CỦA NGƯỜI VIỆT

春節：越南人民一年中最盛大的傳統節日

Giới thiệu về Tết Nguyên đán ở Việt Nam　介紹越南春節
Các câu chúc Tết thường dùng　拜年常用祝賀語
Câu đối Tết　對聯
Các món ăn ngày Tết　春節年菜
không biết + 動詞 / 形容詞 + là gì
不知道 + 動詞 / 形容詞 + 是什麼

Đình Nghi: Bà ơi, sao hôm nay ngoài đường cháu thấy đông ơi là đông?

Bà ngoại: Sắp đến Tết rồi, Tết Nguyên Đán là lễ hội truyền thống lớn nhất trong năm của người Việt mà cháu. Chiều nay hai bà cháu mình sẽ cùng đi sắm Tết nhé. Chúng mình sẽ mua thêm hoa đào và cây quất để bày ở phòng khách, hoa tươi và mâm ngũ quả để cúng tổ tiên nữa.

Đình Nghi: Vâng ạ, nhưng sao lại phải có 5 loại trái cây hả bà?

Bà ngoại: Vì con số 5 tượng trưng cho ngũ phúc lâm môn, mong muốn 5 loại phúc sẽ đến với mỗi gia đình.

Đình Nghi: À cháu có nghe mẹ nói: đó là **phú, quý, thọ, khang, ninh** phải không ạ?

Bà ngoại: Đúng rồi, phú có nghĩa là giàu có, quý là sang trọng, thọ là sống lâu, khang là mạnh khỏe, còn ninh là bình yên. Năm nay hai bà cháu mình sẽ mua chuối, bưởi, phật thủ, quýt và táo để bày mâm ngũ quả nhé.

Đình Nghi:	Mẹ bảo cháu phải học nấu thêm một số món ăn ngày Tết nữa, bà dạy cháu nhé!
Bà ngoại:	Ừ, chiều nay mình sẽ gói bánh chưng, dưa hành thì đã muối từ tuần trước, nem rán và xôi gấc thì cháu biết làm rồi đúng không? Mình sẽ phải mua thêm gà để luộc cúng giao thừa.
Đình Nghi:	Bà ơi còn thịt đông nữa, món này ngon ơi là ngon, cháu có thể ngày nào cũng ăn mà không biết chán là gì.
Bà ngoại:	Thời gian chuẩn bị Tết là vui nhất đấy cháu ạ.
Đình Nghi:	Cháu thì chỉ mong nhanh đến sáng mồng 1 để được nhận bao lì xì mừng tuổi và được đi Văn Miếu xin chữ ông đồ.

Bài một 第一課
Bài hai 第二課
Bài ba 第三課
Bài bốn 第四課
Bài năm 第五課
Bài sáu 第六課
Bài bảy 第七課
Bài tám 第八課
Bài chín 第九課
Bài mười 第十課
Bài mười một 第十一課
Bài mười hai 第十二課
Phụ lục 附錄

亭宜： 外婆啊，為何今天我在路上看到這麼多人？

外婆： 快到春節了，農曆新年是越南人民一年中最盛大的傳統節日啊！今天下午我們一起去採買春節用品、辦年貨。我們要多買些桃花和金桔擺在客廳，另外還要買鮮花和一盤五果用來祭祖。

亭宜： 是的，但為什麼要有 5 種水果呢？外婆。

外婆： 因為 5 的數字代表五福臨門，希望 5 種福氣降臨到每一個家庭。

亭宜： 是的，我有聽媽媽說過：那是富、貴、壽、康、寧，對吧？

外婆： 沒錯，富是富有、貴是高貴、壽是長壽、康是健康、寧是平安的意思。今年我們就買香蕉、柚子、佛手柑、橘子和蘋果擺五果盤吧！

亭宜： 媽媽叫我多學做年菜，外婆教教我吧！

外婆： 嗯，今天下午我會包粽子，醃蔥頭則上週已醃了。妳知道怎麼做炸春捲和木鱉果糯米飯了，對吧？我要多買雞來水煮，為了除夕要祭拜。

亭宜： 外婆，還有肉凍，這道菜很好吃，我天天吃都不覺得膩。

外婆： 準備春節用品的時候最開心了。

亭宜： 我只希望快點到初一早上，就可以領壓歲錢，然後去文廟向書法大師求字。

❶ ngoài đường 路上

❷ Tết Nguyên Đán 春節、農曆新年

❸ lễ hội 節日

❹ truyền thống 傳統的

❺ lớn nhất 最大

❻ sắm Tết 採買春節用品、辦年貨

❼ hoa đào 桃花

❽ cây quất 金桔樹

❾ mâm ngũ quả 五果盤

❿ cúng tổ tiên 祭祖

⓫ cúng giao thừa 除夕祭拜

⓬ tượng trưng 象徵、代表

⓭ ngũ phúc lâm môn 五福臨門

⓮ phú (giàu có) 富（財富／富有）

⓯ quý (sang trọng) 貴（高貴）

⓰ thọ (sống lâu) 壽（長壽）

⓱ khang (mạnh khỏe) 康（健康）

⓲ ninh (bình yên) 寧（平安）

⓳ chuối 香蕉

⓴ bưởi 柚子

㉑ phật thủ 佛手柑

㉒ quýt 橘子

㉓ táo 蘋果

㉔ bánh chưng 粽子

㉕ dưa hành 醃葱頭

㉖ nem rán 炸春捲

㉗ xôi gấc 木鱉果糯米飯

㉘ gà luộc 水煮雞

㉙ thịt đông 肉凍

㉚ giao thừa 除夕

㉛ mồng 1 初一

㉜ mồng 2 初二

㉝ mồng 3 初三

㉞ bao lì xì 紅包袋

㉟ (tiền) mừng tuổi 壓歲錢

㊱ mong, mong muốn, hy vọng 希望

㊲ Văn Miếu 文廟

㊳ ông đồ 書法大師、男老師

III CHÚ THÍCH NGỮ PHÁP 文法解釋

（一）không biết + 動詞 / 形容詞 + là gì
不知道 + 動詞 / 形容詞 + 是什麼？

此句型用來絕對地否定某個行動或狀態，意思是「完全不」。

- Anh ấy là người thật thà, **không biết** nói dối **là gì**.
  他是一位很老實的人，不知道如何說謊。

- Thịt đông ngon quá, cháu ngày nào cũng ăn mà **không biết** chán **là gì**.
  肉凍太好吃了，我每天都吃不膩。

（二）Một số câu chúc tết thường dùng　一些拜年常用祝賀語

- Chúc mừng năm mới　新年快樂
- Chúc mừng xuân mới　新春愉快
- An khang thịnh vượng　安康盛旺
- Vạn sự như ý　萬事如意
- Cát tường như ý　吉祥如意
- Phát tài phát lộc　發財發祿
- Làm ăn phát đạt　生意興隆
- Sức khỏe dồi dào　身體健康
- Sống lâu trăm tuổi　長壽百歲
- Công việc thuận lợi　工作順利
- Tình duyên suôn sẻ　愛情順利
- Sự nghiệp thành công　事業有成
- Gia đình bình an, mạnh khỏe hạnh phúc　家庭平安、健康、幸福

（三）Chúc / Kính chúc / Xin chúc + 第二人稱代名詞 + năm mới / xuân mới + 祝福　用來祝福某人

- **Năm mới** cháu **kính chúc** ông bà mạnh khỏe, vui vẻ, sống lâu trăm tuổi.
  新的一年，我敬祝爺爺奶奶健康快樂，長命百歲。

- **Xin chúc** anh chị một **xuân mới** tràn đầy niềm vui, sức khỏe, hạnh phúc và thành công.
  祝福兩位（哥哥姊姊）新的一年常伴開心、健康、幸福、成功。

- **Kính chúc** quý khách một **năm mới** làm ăn phát đạt, an khang thịnh vượng, vạn sự cát tường.
  敬祝顧客新的一年生意興隆、安康盛旺、萬事吉祥。

- **Chúc** bạn và gia đình một **năm mới** mạnh khỏe, hạnh phúc, thuận lợi và may mắn.
  祝福你與家人新的一年健康、幸福、順利與幸運。

（四）Câu đối Tết　對聯

- Ngày xuân hạnh phúc bình an đến
  春天幸福平安到
  Năm mới vinh hoa phú quý về
  新年榮華富貴回

IV LUYỆN TẬP 練習

（一）Dựa vào bài đọc, xác định thông tin đúng (Đ) / sai (S)
閱讀後，判斷是否正確：Đ（正確）/ S（錯誤）

❶ Sắp đến Tết rồi, ngoài đường không có nhiều người. ☐ Đ ☐ S

❷ Tết Nguyên Đán là lễ hội truyền thống lớn nhất trong năm của người Việt. ☐ Đ ☐ S

❸ Bà và cháu sẽ mua thêm hoa mai để bày ở phòng khách. ☐ Đ ☐ S

❹ "Ngũ phúc lâm môn" bao gồm sáu loại hoa quả. ☐ Đ ☐ S

❺ Đình Nghi đã biết gói bánh chưng và muối dưa hành. ☐ Đ ☐ S

❻ Món thịt đông rất ngon và Đình Nghi rất thích ăn. ☐ Đ ☐ S

❼ Ngày mồng 2 Đình Nghi sẽ nhận được bao lì xì mừng tuổi và đi xin chữ ông đồ. ☐ Đ ☐ S

（二）CHỌN TỪ THÍCH HỢP ĐIỀN VÀO CHỖ TRỐNG
選出適合的詞彙填空

ông đồ	mâm ngũ quả	sắm Tết
giao thừa	mừng tuổi	bánh chưng

❶ Ngày Tết, trẻ em thường được người lớn _____

❷ Người Hà Nội thường đi Văn Miếu để xin chữ của _____

❸ _____ là một trong những món ăn xuất hiện hầu hết trong các dịp lễ Tết của người Việt.

❹ Ở miền Bắc _____ thường có chuối, bưởi, phật thủ, quýt và táo.

❺ Gà luộc là món ăn không thể thiếu được trong những mâm cỗ Tết, đặc biệt gà cúng _____

❻ Cuối năm, đường phố rất đông người đi _____

（三）ĐẶT 5 CÂU LẦN LƯỢT VỚI CÁC TỪ SAU
用下列詞彙依序造 5 個句子

bao lì xì	mừng tuổi	hy vọng	truyền thống	sắm tết

Ví dụ:

→ **Thờ cúng tổ tiên** là một tín ngưỡng rất quan trọng trong đời sống tâm linh của người Việt.

❶ bao lì xì

_____

_____

❷ mừng tuổi

_____

_____

❸ hy vọng

_____

_____

第一課 Bài một
第二課 Bài hai
第三課 Bài ba
第四課 Bài bốn
第五課 Bài năm
第六課 Bài sáu
第七課 Bài bảy
第八課 Bài tám
第九課 Bài chín
第十課 Bài mười
第十一課 Bài mười một
第十二課 Bài mười hai
附錄 Phụ lục

❹ truyền thống

_____

_____

❺ sắm Tết

_____

_____

（四）LẦN LƯỢT CHÚC TẾT CÔ GIÁO VÀ CÁC BẠN TRONG LỚP
依序向老師與同學拜年

_____

_____

_____

_____

_____

_____

_____

_____

_____

_____

_____

ĐỌC VÀ TRẢ LỜI CÂU HỎI 閱讀後回答問題

Đoạn văn:

Tết Nguyên Đán (còn gọi là Tết Ta, Tết Âm lịch, Tết Cổ truyền hay đơn giản là Tết) là dịp lễ đầu năm mới theo Âm lịch Việt Nam.

Trước ngày Tết còn có phong tục như "cúng Táo Quân" (23 tháng Chạp Âm lịch) và "cúng Tất Niên" (29 hoặc 30 tháng Chạp Âm lịch). Vì Tết tính theo Âm lịch nên Tết Nguyên Đán của Việt Nam muộn hơn Tết Dương lịch (hay Tết Tây).

Hàng năm, Tết được tổ chức vào ngày mồng 1 (hay mùng 1) tháng Giêng Âm lịch trên toàn Việt Nam và ở một vài nước khác có cộng đồng người Việt sinh sống. Người miền Bắc thường hay trang trí cho nhà bằng hoa đào và cây quất, người miền Trung và miền Nam thì thích hoa mai. Trong những ngày Tết, các gia đình sum họp bên nhau, cùng thăm hỏi người thân, dành những lời chúc mừng tốt đẹp, mừng tuổi và thờ cúng tổ tiên. Những món ăn đặc trưng của người Việt ngày Tết, như: bánh chưng, bánh tét, dưa hành, canh măng, giò lụa và bánh mứt kẹo. Người Việt có câu "Mồng 1 Tết cha, mồng 2 Tết mẹ, mồng 3 Tết thầy" với hàm ý mồng 1 và mồng 2 báo hiếu cha mẹ, mồng 3 là ngày đền đáp công ơn của các thầy cô.

Từ ngữ:

❶ cộng đồng　社群

❷ mừng tuổi　給某人壓歲錢

❸ đặc trưng　特徵

❹ hàm ý　涵義

❺ trang trí　裝潢

❻ báo hiếu　孝順、孝道

❼ đền đáp　報答

❽ sum họp　團聚

❾ Tết, Tết ta, Tết âm lịch, Tết cổ truyền
　春節、農曆新年、傳統新年

❿ Táo quân　灶神

Câu 1: Chọn đáp án đúng 選出正確的答案

Nội dung chính đoạn văn trên là gì:

(A) Giới thiệu về phong tục "cúng Táo Quân" (23 tháng Chạp Âm lịch) của Việt Nam.

(B) Giới thiệu về phong tục ngày Tết cổ truyền ở Việt Nam.

(C) Giới thiệu về ngày mồng 1, mồng 2 và mồng 3 Tết ở Việt Nam.

Câu 2: Trả lời câu hỏi 回答問題

❶ Tết Nguyên Đán còn có những tên gọi nào khác?

_____

_____

❷ Trước ngày Tết còn có những phong tục gì?

_____

_____

❸ Người Việt ở đâu đón Tết?

_____

_____

❹ Người miền Bắc và miền Nam có thói quen trang trí nhà cửa đón Tết khác nhau thế nào?

_____

_____

❺ Mọi người làm gì vào dịp Tết?

_____

_____

❻ Những món ăn quen thuộc vào dịp Tết là những món gì?

_____

_____

❼ Mồng 1 Tết cha, mồng 2 Tết mẹ, mồng 3 Tết thầy có ý nghĩa thế nào?

_____

_____

Câu 3: Bài tập mở rộng: Hãy kể về ngày Tết ở Đài Loan hoặc các hoạt động đón mừng năm mới ở nước bạn

延伸練習：請描述臺灣如何過春節或貴國的新年活動為何

_____

_____

_____

_____

_____

_____

_____

_____

_____

_____

_____

_____

_____

第一課 Bài một
第二課 Bài hai
第三課 Bài ba
第四課 Bài bốn
第五課 Bài năm
第六課 Bài sáu
第七課 Bài bảy
第八課 Bài tám
第九課 Bài chín
第十課 Bài mười
第十一課 Bài mười một
第十二課 Bài mười hai
附錄 Phụ lục

THƠ, THÀNH NGỮ, BÀI HÁT, TRÒ CHƠI DÂN GIAN VÀ TRUYỆN CỔ TÍCH 詩、成語、歌謠、民間遊戲與民間故事

TRÒ CHƠI DÂN GIAN 民間故事

SỰ TÍCH BÁNH CHƯNG BÁNH DÀY

Bánh chưng (có nơi viết *bánh trưng*) là một trong những loại bánh truyền thống của dân tộc Việt, phản ánh khá đầy đủ các đặc trưng của một nền nông nghiệp lúa nước với nguyên liệu gạo nếp, nhân đậu xanh, thịt lợn. Ngoài bánh chưng ra còn có bánh dày (có nơi viết *bánh dầy, bánh giày*), là loại bánh được làm từ xôi giã thật mịn, ăn cùng với giò – đây là hai loại bánh có lịch sử lâu đời trong văn hóa ẩm thực của Việt Nam đã được sử sách ghi lại.

Bánh chưng và bánh dày có một vị trí hết sức đặc biệt trong tâm thức của cộng đồng người Việt mà khi truy nguyên gốc gác lại liên quan đến Hoàng tử Lang Liêu vào đời Hùng vương thứ XI. Ý nghĩa chính của câu chuyện "Sự tích bánh chưng, bánh dày" chính là lời nhắc nhở con cháu luôn quý trọng các giá trị truyền thống của dân tộc, giá trị của cây lúa trong nền văn minh lúa nước.

Cũng có một cách giải thích với ý nghĩa sâu xa là cách nhìn nhận về nhân sinh quan vũ trụ của người Việt cổ, với hình tượng bánh chưng vuông có màu xanh lá cây, bánh dày hình tròn đã được coi là đặc trưng biểu tượng của Đất – Trời (trời tròn đất vuông) – trong tín ngưỡng người Việt cổ và một số các dân tộc khác ở châu Á.

Bánh chưng bánh dày cũng còn một ý nghĩa mà cho đến nay chưa được phổ biến rộng rãi là hai loại bánh này còn tượng trưng cho tín ngưỡng phồn thực trong tín ngưỡng dân gian Việt Nam. Theo GS. Lịch sử Trần Quốc Vượng, bánh chưng ở buổi sơ khai của nó có hình tròn và dài, tượng trưng cho phái nam (giống như hình bánh chưng Tày ở một số tỉnh phía Bắc và bánh tét ở miền Nam Việt Nam hiện nay); Còn bánh dày hình tròn, tượng trưng cho phái nữ.

Trong câu đối nổi tiếng về sản vật ngày Tết Nguyên Đán – ngày lễ quan trọng nhất trong năm của người Việt Nam – người ta thường thấy sự có mặt của bánh chưng như một giá trị vật chất và tinh thần không thể thiếu của dân tộc Việt:

> *"Thịt mỡ dưa hành câu đối đỏ*
> *Cây nêu tràng pháo bánh chưng xanh"*

Khi Tết đến Xuân về – người Việt thường có thói quen tặng nhau – hoặc dâng cúng một cặp bánh (tượng trưng cho cặp đôi trai gái) chứ không tặng lẻ từng chiếc một. Bánh chưng bánh dày thường được làm nhiều vào các dịp Tết Nguyên Đán của dân tộc Việt (ngày 1 tháng 1 Âm lịch), cũng như ngày giỗ tổ Hùng Vương (10 tháng 3 Âm lịch hàng năm).

粽子與麻糬的故事

　　「粽子」與「麻糬」是越南飲食文化二種歷史悠久的傳統食品，不但明記於史冊之中，並廣泛為民間口語傳頌。作為越南傳統食物的「方粽」，其主要原料糯米、綠豆仁、豬肉，充分反映水稻農業的特色；而與「方粽」齊名的「麻糬」，則是將糯米研磨至 Q 軟帶韌性，吃時可夾以豬肉火腿。

　　「粽子」與「麻糬」這二種對越南別具意義的食品，其起源可追溯至越南開國朝代雄王六世的郎遼王子。而「粽子與麻糬的故事」這一民間傳説，則是帶有教育後代子孫要重視民族傳統文化，不可忘記「以農為本」的水稻文明精神。

　　正如故事中所説，「粽子」與「麻糬」除了是精緻的餐點，更富含有非常深刻的宇宙與人生觀點。就宇宙觀而言，方形且帶綠色的粽子，圓形帶白色的麻糬，分別代表著綠色大地及白色天空（天圓地方），是蘊育萬物的基礎。此觀點不但是越南各民族，更是東亞各個國家的共同信仰價值。

　　就人生觀而言，「粽子」與「麻糬」也是一種象徵著生生不息繁衍後代的越南民間信仰。按越南著名學者陳國王教授的解讀，「粽子」原本的形狀是圓而長，象徵著男性性別特徵（現在在越南北方大部分是方形，但在一些省市及越南南方則仍維持長圓形），而麻糬則是圓形，象徵著女性性別特徵，兩者遇合而生生不息。

　　在越南，有一句描寫重要節日農曆元旦（即新年）應景物品的著名對聯：

　　「肥肉醃菜紅對聯，幡旗爆竹綠方粽」

　　其中的「綠方粽」是越南歡度新春佳節不可或缺的精神與物質食糧。每當迎春辭歲的時候，越南人有互贈糯米食品的習慣，並且要準備一對而非單一糯米食品（象徵一對男女）用以祭拜天地。此外，在越南開國始祖紀念日雄王節當天（陰曆三月初十），也要用糯米食品來祭祖。

Bài 12
第十二課

VIẾT THƯ:
THƯA CÔ, DẠO NÀY
SỨC KHỎE CỦA CÔ
THẾ NÀO?

寫信：老師，
您近來的健康狀況如何？

Thư có tính chất công việc và thư riêng   商業和私人郵件
Các từ kính ngữ thường dùng khi viết thư   寫信時常用的敬語

1 MỘT BỨC THƯ MẪU 一封書信範例

Đài Bắc, ngày 16 tháng 1 năm 2024

Cô quý mến!

Từ ngày rời Đại học Đài Loan đến nay đã gần nửa năm rồi, em chưa gặp lại cô. Sau khi tốt nghiệp, em đã ứng tuyển và được nhận vào làm việc cho một công ty đầu tư của Đài Loan ở Việt Nam. Hôm nay là kỳ nghỉ phép đầu tiên của em về Đài Loan và cũng nhân dịp Tết Nguyên Đán sắp đến, nên em viết thư hỏi thăm và chúc Tết cô, mong cô tha lỗi cho em vì sự chậm trễ này.

Thưa cô, dạo này sức khỏe của cô thế nào, công việc có bận lắm không ạ? Em nghe nói ngày càng có thêm nhiều sinh viên và nghiên cứu sinh đăng ký học lớp tiếng Việt của cô, như vậy cô chắc sẽ càng vất vả hơn. Em vẫn nhớ những giờ học vui vẻ và những buổi thảo luận sôi nổi với cô và các bạn trên lớp. Những giờ học tiếng Việt bao giờ cũng là thời gian mà em mong chờ nhất trong tuần. Hai năm học tiếng Việt ở trường đã giúp em có một vốn tiếng Việt cơ bản để giao tiếp với người Việt.

Hơn 6 tháng sang Việt Nam sống và làm việc càng khiến em hiểu thêm ngôn ngữ và văn hóa của đất nước này, em cảm thấy em đã tự tin lên nhiều cô ạ. Em vẫn sẽ tiếp tục học tiếng Việt và dự định sẽ ở Việt Nam làm việc lâu dài, càng ngày em càng cảm thấy gắn bó và yêu mến Việt Nam – quê hương thứ 2 của em.

Thư đã dài, em xin phép cô được dừng bút ở đây, kính chúc cô luôn mạnh khỏe, đạt nhiều thành công trong công việc, chúc cô và gia đình một năm mới an khang thịnh vượng.

Kính thư,
Học sinh của cô
(ký tên)
Ngô Thừa Hạo

Bài một 第一課
Bài hai 第二課
Bài ba 第三課
Bài bốn 第四課
Bài năm 第五課
Bài sáu 第六課
Bài bảy 第七課
Bài tám 第八課
Bài chín 第九課
Bài mười 第十課
Bài mười một 第十一課
Bài mười hai 第十二課
Phụ lục 附錄

臺北，2024 年 1 月 16 日

親愛的老師：

　　離開臺大至今快半年了，都沒有再見到老師。畢業之後，我申請並被一家在越南的臺灣投資公司錄取。今天是我返臺假期的第一天，也剛好快到越南的農曆新年，因此寫信問候老師並且順道拜年，希望老師原諒我這次遲到（的問候）。

　　老師，您近來的健康狀況如何？工作會很忙嗎？我聽說越來越多大學生與研究生登記修習老師的越南語課程，如此一來，老師您肯定會更加辛苦吧！我仍然記得上越南語課時的快樂時光以及老師與同學們的熱烈討論。學習越南語的那些時間，一直都是我每週最期待的時刻。在學校學習兩年的越南語，讓我有了基本越南語能力，可以跟越南人進行溝通。

　　在越南生活和工作的這 6 個多月，使我更瞭解了這個國家（越南）的語言和文化，我覺得自己已經變得更有自信。我會繼續學習越南語，並打算長期在越南工作，我覺得我越來越感受到與我的第二故鄉──越南的緊密相連和對她的熱愛。

　　信已長，請允許我在這裡停筆，祝您身體健康，工作順利，也祝福您和您的家人新的一年安康盛旺。

您的學生
（親筆簽名）
吳承浩 敬上

❶ quý mến 親愛的

❷ tốt nghiệp 畢業

❸ nửa năm 半年

❹ được nhận vào 被錄取、進入

❺ đầu tư 投資

❻ kỳ nghỉ phép 假期

❼ nhân dịp 趁……機會、值……之際

❽ tha lỗi 原諒、體諒

❾ chậm trễ 遲到

❿ buổi thảo luận 討論（名詞）

⓫ sôi nổi 熱烈的

⓬ mong chờ nhất 最期待

⓭ khiến cho 使得

⓮ vốn tiếng Việt cơ bản
基本越南語能力

⓯ tự tin 自信的

⓰ dự định 預定、計劃、打算

⓱ lâu dài 長久

⓲ gắn bó 緊密相連的

⓳ yêu mến 喜愛

⓴ quê hương thứ 2 第二故鄉

㉑ dừng bút 停筆

㉒ kính thư 敬上

III CHÚ THÍCH NGỮ PHÁP 文法解釋

（一）Ví dụ về 1 bức thư thông thường 一般書信的格式

1. Phần đầu	**1. 第一部分**
(1) Địa điểm và thời gian viết thư.	(1) 寫信的地點和時間。
(2) Lời hỏi thăm.	(2) 問候。
2. Phần chính	**2. 主要部分**
(1) Nêu mục đích, lý do viết thư.	(1) 説明寫這封信的目的和原因。
(2) Hỏi thăm tình hình của người nhận thư.	(2) 問候收件人的情況。
(3) Thông báo tình hình của người viết thư.	(3) 告知寫信人的情況。
(4) Nêu ý kiến trao đổi hoặc bày tỏ tình cảm với người nhận thư.	(4) 向收件人表達想法或感受。
3. Phần cuối	**3. 結尾**
(1) Lời chúc, lời cảm ơn, hứa hẹn.	(1) 祝願、感謝、承諾。
(2) Ký tên.	(2) 簽名。

（二）Cách viết thư và các từ kính ngữ thường dùng khi viết thư
書信的寫法和寫信時常用的敬語

通常會有兩種書信：商業和私人書信，各有不同的開頭與結尾。

1. 商業書信

(1) 書信開頭

① 寫給單位或機關，開頭寫法如下：

Kính gửi（敬致、謹致）+ 收信單位

- **Kính gửi** Khoa Việt Nam học, trường Đại học Khoa học xã hội và nhân văn quốc gia

  敬致國家人文社會科學大學越南學系

- **Kính gửi** Ban giám đốc công ty CTDC

  敬致 CTDC 公司董事會

② 直接寫信給機構中某一個人：

Kính gửi（敬致、謹致）+ ông / bà（人稱代名詞）+ 收信人職位

Kính thưa（敬告）+ ông / bà（人稱代名詞）+ 收信人職位

- **Kính gửi** ông Giám đốc Ngân hàng　敬致銀行經理

- **Kính thưa** bà Trưởng phòng nhân sự　敬告人事組組長

(2) 書信結尾

在書信結束時通常會寫「Kính thư」（敬上），然後親筆簽名，以及把全名再寫清楚一次。

- **Kính thư**,

  Thừa Hạo

  Ngô Thừa Hạo

  承浩

  吳承浩　敬上

第一課 Bài một
第二課 Bài hai
第三課 Bài ba
第四課 Bài bốn
第五課 Bài năm
第六課 Bài sáu
第七課 Bài bảy
第八課 Bài tám
第九課 Bài chín
第十課 Bài mười
第十一課 Bài mười một
第十二課 Bài mười hai
附錄 Phụ lục

2. 私人書信

(1) 書信開頭

① 對長輩，即收信者年紀比寫信者大、且彼此間為社交關係時，開頭寫法如下：

Kính thưa + ông / bà / bác / cô / chú + tên người nhận thư
敬告 + 第二人稱代名詞 + 收件人名字

Ông / bà / bác / cô / chú ... + tên người nhận thư + kính mến
第二人稱代名詞 + 收件人名字 + 敬愛（尊敬）的

- **Kính thưa** bác Chung!　敬告鍾伯父
- Bác Huy **kính mến**!　敬愛（尊敬）的輝伯父
- Thày **kính mến**!　敬愛（尊敬）的老師

② 如果與收件人關係較為密切，可以用「kính yêu」（敬愛的）代替「kính mến」（敬愛〔尊敬〕的）。

- Bố mẹ **kính yêu**!　敬愛的父母親
- Bác **kính mến**!　敬愛（尊敬）的伯父

③ 對平輩或晚輩，可以用「thân」、「thân mến」、「quý mến」，雖然都是「親愛的」之意，但在親密程度上比「kính yêu」略低。

- Anh Hạo **thân**!　親愛的浩哥
- Em Nghi **thân mến**!　親愛的宜妹
- Cô Hồng **quý mến**!　親愛的紅阿姨

④ 對家庭成員：如父親、母親、哥哥、姊姊、弟弟、妹妹、先生、太太或者對於愛人，通常會用「thân yêu / yêu thương / yêu quý」（親愛的），或是「yêu」（愛）。

- Bố mẹ **yêu quý**!　親愛的父母
- Em **thân yêu**!　親愛的妳
- Anh **yêu**!　親愛的你

(2) 書信結尾：

① 對長輩，彼此間為社交關係，會用「kính thư」（敬書、敬上）。

- Kính thư,

    Cháu Nghi

    孫子：宜　敬書

② 為了更親密，可以使用所有格。

- Cháu của bác　你的晚輩
- Con của bố mẹ　父母的小孩
- Học trò của cô　老師的學生

③ 對平輩或晚輩，可以用「Tạm biệt」（再見）、「Hẹn gặp lại」（再會）、「Thân」（親愛的）、「Thân mến」（親愛的）。

④ 對家人可以用「Thân yêu」（親愛的）。

Bài một 第一課
Bài hai 第二課
Bài ba 第三課
Bài bốn 第四課
Bài năm 第五課
Bài sáu 第六課
Bài bảy 第七課
Bài tám 第八課
Bài chín 第九課
Bài mười 第十課
Bài mười một 第十一課
Bài mười hai 第十二課
Phụ lục 附錄

Ⅳ LUYỆN TẬP 練習

（一）TRẢ LỜI CÂU HỎI THEO NỘI DUNG BỨC THƯ
根據信件內容回答問題

❶ Thừa Hạo tốt nghiệp đại học nào và được bao lâu rồi?

_____

_____

❷ Hiện nay Thừa Hạo đang làm việc ở đâu?

_____

_____

❸ Thừa Hạo đã học tiếng Việt bao lâu rồi và có dự định học tiếp tiếng Việt không?

_____

_____

❹ Thừa Hạo có yêu thích Việt Nam không? Câu nào trong bức thư thể hiện điều này?

_____

_____

❺ Thừa Hạo có yêu thích tiếng Việt không? Câu nào trong bức thư thể hiện điều này?

_____

_____

（二）CHỌN ĐÁP ÁN ĐÚNG   選出正確的答案

Câu 1: Ông bà ...

(A) thân mến!   (B) mến thân!   (C) đáng yêu!   (D) kính yêu!

Câu 2: Cảm ơn các em về buổi học hôm nay, chúng ta đã có 3 tiết học thảo luận
        rất ...

(A) náo nhiệt   (B) buồn tẻ   (C) sôi nổi   (D) ồn ào

Câu 3: Mọi người luôn nghĩ em là một người rất ..., vì em luôn phát biểu trong
        lớp và luôn ngồi bàn đầu.

(A) tự ti   (B) tự tin   (C) vui vẻ   (D) thông minh

Câu 4: Bạn là người nói nhiều và hay đưa chuyện, ... không ai dám chia sẻ gì
        với bạn cả.

(A) cho phép   (B) cho rằng   (C) đưa cho   (D) khiến cho

Câu 5: Càng ngày em càng cảm thấy mình ... với Việt Nam, quê hương thứ 2
        của em.

(A) gắn bó   (B) gắn liền   (C) hàn gắn   (D) gắn chặt

第一課 Bài một
第二課 Bài hai
第三課 Bài ba
第四課 Bài bốn
第五課 Bài năm
第六課 Bài sáu
第七課 Bài bảy
第八課 Bài tám
第九課 Bài chín
第十課 Bài mười
第十一課 Bài mười một
第十二課 Bài mười hai
附錄 Phụ lục

（三）NỐI CỘT A VỚI CỘT B CHO PHÙ HỢP　連結 A 與 B

A	B
❶ Nghỉ hè năm nay	ⓐ em đã tự tin hơn trong giao tiếp bằng tiếng Việt.
❷ Ảnh hưởng của đại dịch Covid-19	ⓑ để có cơ hội tìm việc ở Việt Nam.
❸ Vì công việc quá bận rộn,	ⓒ cháu sẽ xin bố mẹ cho về quê thăm ông bà ạ.
❹ Sau khi sang Việt Nam sinh sống và làm việc,	ⓓ nên em không có thời gian viết thư thăm hỏi người thân.
❺ Em sẽ cố gắng học tiếng Việt thật tốt	ⓔ khiến các doanh nghiệp hàng không gặp nhiều khó khăn.

（四）CHỌN TỪ THÍCH HỢP ĐIỀN VÀO CHỖ TRỐNG
選擇適合的詞彙填空

yêu	biết	bài hát	nghĩ	luôn
chia tay	điện thoại	quan tâm	hạnh phúc	Facebook

Thư gửi người yêu cũ:

Anh _____ không? Thật ra, em _____ anh nhiều hơn em _____, nhưng em không nói ra mà thôi. Em đã lưu ảnh của anh vào _____, nghe những _____ anh thích, thử mua món đồ anh quan tâm. Em đã vào tài khoản _____ của anh vào lúc nửa đêm, xem tất cả bài viết anh đăng, theo dõi tin tức anh đã nhấn like và đọc bình luận của anh. Em _____ tới tất cả mọi thứ xung quanh anh.

Thật buồn là cuối cùng chúng mình vẫn là chia xa. Thật ra không có ai đúng ai sai, anh vẫn luôn là một người rất tốt. Em nghĩ dẫu _____ rồi, vẫn chúc anh _____, ít nhất là phải hạnh phúc hơn em.

（五）HÃY VIẾT MỘT BỨC THƯ CHO NGƯỜI THÂN NÓI VỀ CUỘC SỐNG Ở ĐẠI HỌC　給你家人寫一封關於大學生活的信

_____

_____

_____

_____

_____

_____

Bài một 第一課
Bài hai 第二課
Bài ba 第三課
Bài bốn 第四課
Bài năm 第五課
Bài sáu 第六課
Bài bảy 第七課
Bài tám 第八課
Bài chín 第九課
Bài mười 第十課
Bài mười một 第十一課
Bài mười hai 第十二課
Phụ lục 附錄

ĐỌC VÀ TRẢ LỜI CÂU HỎI   閱讀後回答問題

Đoạn văn:

EMAIL XIN VIỆC VỊ TRÍ CHUYÊN VIÊN MARKETING
CÔNG TY ABC VIỆT NAM

Kính gửi: Bộ phận Nhân sự Công ty ABC Việt Nam

Em là Ngô Đình Nghi – cử nhân tốt nghiệp khoa Marketing, trường Đại học Quốc gia TP. Hồ Chí Minh.

Em có đọc được thông tin tuyển dụng vị trí Chuyên viên Marketing của Công ty qua nền tảng tuyển dụng Glints và nhận thấy mình có thể là ứng viên phù hợp.

Em là cử nhân tốt nghiệp loại Giỏi của khoa Marketing. Em cũng đã có 2 năm kinh nghiệm làm nhân viên Marketing tại công ty Y và có từng nhận hỗ trợ một số dự án truyền thông – Marketing thuộc mảng Giáo dục.

Nhận thấy vị trí mà Công ty đang tuyển dụng là công việc khá phù hợp với bản thân, em gửi thư xin việc này mong muốn được ứng tuyển vào Quý Công ty.

Em cũng xin gửi kèm CV xin việc của mình để anh/chị có thể biết thêm thông tin.

Cảm ơn anh/chị đã xem xét Email của em, rất mong nhận được phản hồi từ anh/chị.

Trân trọng,
Ngô Đình Nghi

第一課 Bài một
第二課 Bài hai
第三課 Bài ba
第四課 Bài bốn
第五課 Bài năm
第六課 Bài sáu
第七課 Bài bảy
第八課 Bài tám
第九課 Bài chín
第十課 Bài mười
第十一課 Bài mười một
第十二課 Bài mười hai
附錄 Phụ lục

Câu 1: Trả lời câu hỏi　回答問題

❶ Đình Nghi tốt nghiệp ở trường nào?

_____

_____

❷ Đình Nghi biết đến thông tin tuyển dụng vị trí Chuyên viên Marketing ở đâu ?

_____

_____

❸ Vì sao Đình Nghi nghĩ mình là ứng viên phù hợp?

_____

_____

❹ Đình Nghi viết Email cho đơn vị tuyển dụng nào?

_____

_____

❺ Email của Đình Nghi có kèm CV xin việc không?

_____

_____

Bài một 第一課
Bài hai 第二課
Bài ba 第三課
Bài bốn 第四課
Bài năm 第五課
Bài sáu 第六課
Bài bảy 第七課
Bài tám 第八課
Bài chín 第九課
Bài mười 第十課
Bài mười một 第十一課
Bài mười hai 第十二課
Phụ lục 附錄

VI KHÁM PHÁ VĂN HÓA VIỆT NAM

認識越南文化

THƠ, THÀNH NGỮ, BÀI HÁT, TRÒ CHƠI DÂN GIAN VÀ TRUYỆN CỔ TÍCH　詩、成語、歌謠、民間遊戲與民間故事

THƠ　詩

HẠT CHỮ　文字的種子

Tác giả: Trương Anh Tú（作者：張英秀）

Tặng cô giáo Liên Hương và sinh viên đại học Đài Loan những "hạt chữ".
送給蓮香老師和臺灣大學生〈文字的種子〉。

Tôi gieo một hạt chữ một hạt mầm mùa xuân trên cánh đồng giấy trắng một ban mai trong ngần.	我種下一顆文字的種子 春天的嫩芽 在紙上的田野 一個純粹的早晨。
Tôi gieo một hạt cười trong biển đời hy vọng tôi gieo một hạt ngọc từ bàn tay lấm lem.	我種下一顆笑容的種子 在希望之海 我種下一顆珍珠 自骯髒的手。
Tôi gieo một hạt sen mọc trong đời bể khổ một hạt nào thương nhớ tôi gieo vào mắt em.	我種了一粒蓮子 在苦難中成長 思念的種子 我把它種進你的眼睛裡。

Tôi gieo một hạt tôi
trong lặng im hạt thóc
một hạt cùng bao hạt
tôi gieo tôi tháng ngày.

我播下我的種子
在穀物的寂靜中
一粒種子和許多種子
一日一日我將我自己種下。

Tôi gieo một hạt say
ngát hương trong hạt đất
hạt nào cho hoa nở
hạt nào cùng trời xanh.

我種下了醉的種子
芬芳了大地
什麼種子能開花？
哪顆種子與藍天。

Tôi gieo hạt an lành
trong bao la hạt nắng
một hạt sương thầm lặng
thành mây bay bao giờ.

我播下祥和的種子
在廣闊的陽光下
沉默的露珠
已成為飛雲。

Tôi gieo một hạt thơ
cùng bao nhiêu hạt chữ
trên cánh đồng giấy trắng
viết giấc mơ con người.

我播下了詩歌的種子
以及多少顆文字的種子
在白紙上的田野
寫上人類的夢想。

Trên cánh đồng giấy trắng
viết tình yêu con người.

在白紙上的田野
寫上人間愛情。

Phụ lục
附錄

Phụ lục 1 附錄 1

Giải đáp bài tập
練習解答

（一）TRẢ LỜI CÂU HỎI THEO NỘI DUNG BÀI HỘI THOẠI
　　　根據會話內容回答問題

❶ Thừa Hạo và Đình Nghi bay đi đâu?

　Thừa Hạo và Đình Nghi bay đi Taipei (Đài Bắc).

❷ Hai người có tất cả bao nhiêu kiện hành lý?

　Họ có 2 vali ký gửi, 1 vali xách tay và 1 balô.

❸ Họ có nhu cầu dán lưu ý nhắc nhở về hàng dễ vỡ không?

　Họ không có nhu cầu dán lưu ý nhắc nhở về hàng dễ vỡ.

❹ Luật pháp Đài Loan quy định cấm mang gì nhập cảnh?

　Luật pháp Đài Loan cấm mang các sản phẩm có thịt lợn nhập cảnh.

❺ Nếu bị phát hiện vi phạm quy định nhập cảnh sẽ bị phạt thế nào?

　Nếu bị phát hiện vi phạm quy định thì sẽ bị phạt từ 200.000 đến 1.000.000 Đài tệ.

❻ Thừa Hạo và Đình Nghi muốn ngồi ở đâu ?

　Họ muốn ngồi ở cạnh lối đi và gần cửa sổ.

（二）ĐẶT CÂU VỚI CÁC TỪ CHỈ TẦN SUẤT SAU
　　　用下列頻率詞造句

luôn luôn	thường xuyên	suốt	đôi khi	hiếm khi

❶ luôn luôn

　Anh ấy là một người luôn luôn khiêm tốn.

❷ thường xuyên

   Sao em thường xuyên đi học muộn thế?

❸ suốt

   Dạo này anh đi chơi suốt ngày nhỉ.

❹ đôi khi

   Đôi khi tôi cảm thấy rất mệt mỏi.

❺ hiếm khi

   Tôi rất hiếm khi nhìn thấy bạn ấy cười.

（三）NỐI CỘT A VỚI CỘT B CHO PHÙ HỢP
    連結 A 與 B

A	B

❶ Giá anh nghe lời khuyên của tôi,

❷ Mẹ cứ dặn đi dặn lại:

❸ Ứng dụng Reminder

❹ Bảo em bao nhiêu lần rồi mà không nghe,

❺ Chị gọi điện dặn tôi:

ⓐ "hôm nay trời lạnh đấy con ơi, ra ngoài nhớ mặc áo ấm nhé".

ⓑ nhắc bạn nhớ những việc cần làm.

ⓒ giờ phải làm sao đây.

ⓓ "em đừng quên tắt điện khi ra khỏi nhà nhé".

ⓔ thì anh đã không gặp phải sai lầm này.

V. BÀI ĐỌC 閱讀

Câu 1: Chọn đáp án đúng 選出正確的答案

Nội dung chính đoạn văn trên là gì:

(A) Giới thiệu những sân bay mới ra đời ở Việt Nam.

(B) Giới thiệu vị trí các sân bay nằm ở đâu.

(C) Giới thiệu tổng quan các sân bay dân sự và quân sự ở Việt Nam.

Câu 2: Dựa vào bài đọc, xác định thông tin đúng (Đ) / sai (S)

閱讀後，判斷是否正確：Đ（正確） / S（錯誤） | Đ | | S |

❶ Các sân bay dân sự và quân sự đều do Bộ Quốc phòng quản lý.   v

❷ Các sân bay quân sự phục vụ nhu cầu huấn luyện của phòng không.   v

❸ Có tất cả là 12 sân bay dân dụng và 14 sân bay quân sự.   v

❹ Có 22 sân bay dân dụng bao gồm các sân bay nội địa và sân bay quốc tế.   v

❺ Hàng không là 1 trong những ngành kinh tế quan trọng nhất được Việt Nam chú trọng trong mọi thời kỳ.   v

---

Bài 2 第二課（僅供參考）P33

（一）TRẢ LỜI CÂU HỎI THEO NỘI DUNG BÀI HỘI THOẠI
　　　根據會話內容回答問題

❶ Thừa Hạo muốn đổi bao nhiêu Đôla Mỹ ra tiền Việt?

Thừa Hạo muốn đổi 800 Đô la Mỹ.

❷ Thừa Hạo muốn đổi thành các loại mệnh giá bao nhiêu?

Thừa Hạo muốn lấy loại tiền 500.000, 100.000 và 50.000 tiền Việt.

❸ Tỷ giá Đài tệ mà Thừa Hạo đổi sang đồng Việt Nam là bao nhiêu?

<u>1 Đài tệ đổi được 784 đồng Việt Nam.</u>

❹ Thừa Hạo muốn đổi bao nhiêu tiền Đài tệ?

<u>20.000 Đài tệ.</u>

❺ Ở ngân hàng nào có thể rút tiền mặt ở máy ATM?

<u>Ngân hàng nào cũng rút được.</u>

❻ Thử tính xem Thừa Hạo đổi 20.000 Đài tệ được bao nhiêu tiền Việt Nam?

<u>15 triệu 680 nghìn đồng.</u>

（二）NỐI CỘT A VỚI CỘT B CHO PHÙ HỢP
連結 A 與 B

A	B
❶ Khi muốn đổi tiền Việt sang ngoại tệ, bạn cần chuẩn bị _____	ⓐ hay còn được gọi là máy ATM.
❷ Máy rút tiền tự động _____	ⓑ giao dịch mua bán, trao đổi ngoại tệ.
❸ Hiện nay có rất nhiều ngân hàng _____	ⓒ hộ chiếu, visa nước bạn đến và tiền Việt.
❹ Ngân hàng nào ở thành phố này _____	ⓓ hình như đều miễn phí.
❺ Ở Đài Loan, dịch vụ đổi tiền mới ở các ngân hàng _____	ⓔ tôi cũng đã từng đến.

Bài một 第一課
Bài hai 第二課
Bài ba 第三課
Bài bốn 第四課
Bài năm 第五課
Bài sáu 第六課
Bài bảy 第七課
Bài tám 第八課
Bài chín 第九課
Bài mười 第十課
Bài mười một 第十一課
Bài mười hai 第十二課
Phụ lục 附錄

（三）CHUYỂN CÁC CÂU SAU THEO MẪU
　　　根據範例改寫下列句子

❶ Hàng năm, gia đình chúng tôi đều về Việt Nam thăm bà ngoại.

　Năm nào gia đình chúng tôi cũng đều về Việt Nam thăm bà ngoại.

❷ Hàng ngày, chúng tôi đều làm bài tập đến khuya.

　Ngày nào chúng tôi cũng đều phải làm bài tập đến khuya.

❸ Hàng tháng, em đều đến ngân hàng, phải không?

　Tháng nào em cũng phải đến ngân hàng phải không?

❹ Hàng tuần, chúng tôi đều hẹn nhau đi xem phim và uống cà phê.

　Tuần nào chúng tôi cũng hẹn đi xem phim và uống cà phê.

❺ Mỗi tối, tôi đều chạy bộ hơn 3 km.

　Tối nào tôi cũng chạy bộ hơn 3 km.

（四）THỰC HÀNH VIẾT CÁC CÂU THEO MẪU SAU
　　　依照範例造句

❶ mẫu này /xin / trước tiên / điền / anh / vào

　Trước tiên xin anh điền vào mẫu này.

❷ gửi / tôi / muốn / này / tiền / vào / tài khoản

　Tôi muốn gửi tiền này vào tài khoản.

❸ đồng Việt Nam / hôm nay / tỷ giá / Đài tệ / và / thế nào

　Hôm nay tỷ giá Đài tệ và đồng Việt Nam thế nào?

❹ tỷ giá / 500 đô la / tôi / ra tiền Việt / thế nào / hôm nay / muốn đổi

　Tôi muốn đổi 500 đô la ra tiền Việt, tỷ giá hôm nay thế nào?

❺ muốn / hỏi chị / bao nhiêu / nhân tiện / hôm nay / tỷ giá / đồng Euro / là

　Nhân tiện muốn hỏi chị, hôm nay tỷ giá đồng Euro là bao nhiêu?

V. BÀI ĐỌC   閲讀

Câu 1: Chọn đáp án đúng   選出正確的答案

Nội dung chính đoạn văn trên là gì:

(A) Giới thiệu về dịch vụ thanh toán quốc tế SWIFT của Ngân hàng Ngoại thương Việt Nam.

(B) Giới thiệu về Ngân hàng Thương mại cổ phần Ngoại thương Việt Nam.

(C) Vietcombank là ngân hàng đầu tư lớn nhất Việt Nam.

Câu 2: Trả lời câu hỏi   回答問題

❶ Vietcombank có tên gọi đầy đủ là gì?

Tên gọi đầy đủ của Vietcombank là Ngân hàng Thương mại cổ phần Ngoại thương Việt Nam.

❷ Chiến lược phát triển của Vietcombank thế nào?

- Tiếp tục đổi mới và hiện đại hóa một cách toàn diện mọi mặt hoạt động, bắt kịp trình độ khu vực và quốc tế.

- Mở rộng các lĩnh vực hoạt động theo cả chiều rộng lẫn chiều sâu.

❸ Tính đến nay Vietcombank đã có bao nhiêu năm ra đời và phát triển?

Tính đến năm 2023, Vietcombank đã có 60 năm ra đời và phát triển.

❹ Hoạt động mạnh nhất của Vietcombank là dịch vụ gì?

Dịch vụ thanh toán quốc tế là hoạt động mạnh nhất của Vietcombank.

❺ Ở Việt Nam, Vietcombank được đánh giá là ngân hàng thế nào?

Vietcombank được đánh giá là ngân hàng có quy mô sử dụng mạng SWIFT lớn nhất, trong nhiều năm liền được công nhận là ngân hàng có chất lượng thanh toán SWIFT tốt nhất.

Bài một 第一課
Bài hai 第二課
Bài ba 第三課
Bài bốn 第四課
Bài năm 第五課
Bài sáu 第六課
Bài bảy 第七課
Bài tám 第八課
Bài chín 第九課
Bài mười 第十課
Bài mười một 第十一課
Bài mười hai 第十二課
Phụ lục 附錄

（一）TRẢ LỜI CÂU HỎI THEO NỘI DUNG BÀI HỘI THOẠI
根據會話內容回答問題

❶ Đình Nghi dùng loại máy vi tính nào?

Máy PC để bàn.

❷ Máy tính của Đình Nghi bị làm sao?

Con chuột và bàn phím không dây sắp hết pin, chỉ còn 2%.

❸ Tại sao tệp văn bản không mở ra được?

Có khả năng file này đã bị nhiễm virus.

❹ Mật mã Wi-Fi ở nơi mà Đình Nghi muốn hỏi là thế nào?

Là số di động của Thừa Hạo.

❺ Vì sao Thừa Hạo không xem ngay tệp văn bản cho Đình Nghi?

Vì Thừa Hạo đang bận chuẩn bị PPT cho buổi họp công ty ngày mai.

（二）CHỌN TỪ THÍCH HỢP ĐIỀN VÀO CHỖ TRỐNG
選出適合的詞彙填空

trang mạng	máy tính xách tay	đăng nhập	chat	mật mã

❶ Bạn ấy rất thích lên mạng chat với mọi người.

❷ Mạng Internet hình như có vấn đề, em không thể đăng nhập được.

❸ Mật mã WI-FI ở đây là bao nhiêu chị ơi?

❹ Đây là top 10 các trang mạng phổ biến nhất hiện nay ở Việt Nam.

❺ Máy tính xách tay hay laptop là một chiếc máy tính cá nhân nhỏ gọn có thể mang xách được.

第一課 Bài một
第二課 Bài hai
第三課 Bài ba
第四課 Bài bốn
第五課 Bài năm
第六課 Bài sáu
第七課 Bài bảy
第八課 Bài tám
第九課 Bài chín
第十課 Bài mười
第十一課 Bài mười một
第十二課 Bài mười hai

（三）DÙNG "XUỂ" VÀ "NỔI" HOÀN THÀNH CÁC CÂU SAU
用「XUỂ」與「NỔI」完成下列句子

❶ Sao nhiều tiền giấy thế này, tôi đếm không <u>xuể</u>.

❷ Vấn đề này rất phức tạp, tôi không hiểu <u>nổi</u>.

❸ Trong lớp ồn quá, chúng tôi không nghe <u>nổi</u> thầy giáo nói gì.

❹ Hàng ngày, tôi nhận được rất nhiều Email, tôi đọc không <u>xuể</u>.

❺ Chưa bao giờ nhà hàng đông khách thế này, nhân viên phục vụ không <u>xuể</u>.

（四）NỐI CỘT A VỚI CỘT B CHO PHÙ HỢP
連結 A 與 B

A	B
❶ Máy tính của tôi không thể khởi động được,	ⓐ trên máy tính.
❷ Hiện nay rất nhiều thành phố của Việt Nam đã có Wi-Fi miễn phí,	ⓑ thường ổn định không?
❸ Anh trai tôi cần mua một máy tính mới	ⓒ tôi cần mang máy tính đi sửa.
❹ Mạng Internet ở đây có	ⓓ ví dụ như: Hội An, Hạ Long, thành phố Hồ Chí Minh và Hà Nội ...
❺ Làm thế nào để thay đổi mật khẩu	ⓔ để đáp ứng nhu cầu công việc của anh ấy.

（五）SẮP XẾP CÁC TỪ THEO MẪU SAU
依照範例重新排列單字

❶ gì cả / chẳng / nhìn thấy / tôi / xin lỗi

   Xin lỗi tôi chẳng nhìn thấy gì cả.

❷ anh / chìa khóa / chưa? / tìm thấy / đã / để ở đâu

   Anh đã tìm thấy chìa khóa để ở đâu chưa?

❸ đã / mình / nhớ ra / bạn / là gì / rồi / tên

   Mình đã nhớ ra tên bạn là gì rồi.

❹ tôi / cũng đã / vấn đề này / cuối cùng / hiểu ra

   Cuối cùng tôi cũng đã hiểu ra vấn đề này.

❺ phát hiện ra / các nhà khoa học / virus mới / 1 loại

   Các nhà khoa học phát hiện ra 1 loại virus mới.

V. BÀI ĐỌC   閱讀

Câu 1: Chọn đáp án đúng   選出正確的答案

Nội dung chính đoạn văn trên là gì:

(A) Ai cũng thích sử dụng Internet.

(B) Những lợi ích và những mặt trái của việc sử dụng Internet.

(C) Internet tồn tại ở những dạng nào.

Câu 2: Trả lời đúng sai　回答正確或錯誤

		Đ	S
❶	Mọi người chỉ sử dụng Internet ở nhà.		v
❷	Mạng xã hội phục vụ cho rất nhiều nhu cầu của con người.	v	
❸	Con người không lãng phí thời gian cho Internet.		v
❹	Việc sử dụng Internet quá nhiều làm con người không quan tâm đến những hoạt động bên ngoài.	v	
❺	Có thể liên lạc kết nối với những người ở xa qua Internet.	v	

Bài 4 第四課（僅供參考）P65

（一）SỬ DỤNG CÁC TỪ GỢI Ý ĐỂ THỰC HÀNH NÓI
使用提供的詞語來表達以下的句子

❶ Bạn định dọn dẹp phòng nhưng sau đó không làm. (toan)

Tôi toan dọn dẹp phòng nhưng sau đó lại thôi.

❷ Bạn thách bạn mình thi đấu bóng rổ với bạn. (dám)

Cậu dám thi đấu bóng rổ với mình không?

❸ Bạn hỏi bạn mình về thời gian sẽ học tiếng Việt tại Việt Nam. (định)

Cậu định học tiếng Việt tại Việt Nam (trong) bao lâu?

❹ Bạn định về sớm nấu cơm nhưng lại thôi. (toan)

Tôi toan về sớm nấu cơm nhưng lại thôi.

❺ Bạn hỏi bạn mình rằng: bạn ấy có tự tin kết bạn với người Việt Nam không? (dám)

Cậu có dám kết bạn với người Việt Nam không?

❻ Bạn hỏi bố mẹ khi nào sẽ đi du lịch Đà Nẵng? (định)

Bố mẹ định khi nào sẽ đi du lịch Đà Nẵng ạ?

（二）THỰC HÀNH VIẾT CÁC CÂU THEO MẪU SAU
依照範例造句

❶ chị ấy / xách / đồ / tay của chị ấy / mỏi nhừ

Chị ấy xách bao nhiêu là đồ nên tay chị ấy trở nên mỏi nhừ.

❷ ông ấy / ăn / đồ ăn nhanh / cơ thể của ông ấy / béo phì

Ông ấy ăn bao nhiêu là đồ ăn nhanh nên cơ thể của ông ấy trở nên béo phì.

❸ giá sách / có / sách / nó / rất lộn xộn

Giá sách có bao nhiêu là sách nên nó trở nên rất lộn xộn.

❹ bà tôi / nấu / món ăn / thức ăn / thừa mứa

Bà tôi nấu bao nhiêu là món ăn nên thức ăn trở nên thừa mứa.

❺ anh ấy / xem / phim / mắt của anh ấy / bị khô

Anh ấy xem bao nhiêu là phim nên mắt của anh ấy trở nên bị khô.

❶ có thành tích học tập cao nhất lớp / sinh viên tiêu biểu của năm

Nhờ có thành tích học tập cao nhất lớp mà anh ấy đã trở thành sinh viên tiêu biểu của năm.

❷ chăm chỉ làm việc / nhân viên xuất sắc của công ty

Nhờ chăm chỉ làm việc mà anh ấy đã trở thành nhân viên xuất sắc của công ty.

❸ có tài ngoại giao giỏi / trưởng phòng của chúng tôi

Nhờ có tài ngoại giao giỏi mà anh ấy đã trở thành trưởng phòng của chúng tôi.

❹ có nhiều kinh nghiệm phong phú / người truyền cảm hứng cho mọi người

Nhờ có nhiều kinh nghiệm phong phú mà anh ấy đã trở thành người truyền cảm hứng cho mọi người.

❺ làm việc nhóm nhiều / người có tài lãnh đạo

Nhờ làm việc nhóm nhiều mà anh ấy đã trở thành người có tài lãnh đạo.

第一課 Bài một
第二課 Bài hai
第三課 Bài ba
第四課 Bài bốn
第五課 Bài năm
第六課 Bài sáu
第七課 Bài bảy
第八課 Bài tám
第九課 Bài chín
第十課 Bài mười
第十一課 Bài mười một
第十二課 Bài mười hai
附錄 Phụ lục

（三）NỐI CỘT A VỚI CỘT B CHO PHÙ HỢP
連結 A 與 B

A	B
❶ Mặc dù đã ôn tập chăm chỉ	ⓐ nhưng vẫn còn nhiều chỗ phát âm chưa rõ.
❷ Dù thời tiết xấu	ⓑ nhưng ông ấy vẫn hay ốm.
❸ Tuy tập thể dục thường xuyên	ⓒ nhưng tôi vẫn thi trượt.
❹ Mặc dù em nói tiếng Việt rất nhanh	ⓓ nhưng chị ấy vẫn không tha thứ cho anh ấy.
❺ Dù anh ấy đã xin lỗi nhiều lần	ⓔ nhưng máy bay vẫn cất cánh.

V. BÀI ĐỌC　閱讀

Câu 1: Chọn đáp án đúng　選出正確的答案

Nội dung chính đoạn văn trên là gì:

(A) Hệ thống giáo dục ở Việt Nam.

(B) Độ tuổi theo học các cấp.

(C) Tình hình đi học sớm của trẻ em Việt Nam.

Câu 2: Trả lời câu hỏi　回答問題

❶ Vì sao Việt Nam lại là quốc gia có độ tuổi đi học sớm nhất?

Do nhiều gia đình Việt Nam cho con đi học sớm, từ 1 tuổi.

❷ Thời gian học tiểu học và trung học cơ sở của Việt Nam có giống với Đài Loan không? Vì sao?

Thời gian học tiểu học, trung học cơ sở ở Việt Nam khác với thời gian ở Đài Loan.

Chương trình cấp 1 ở Đài Loan là 6 năm, chương trình cấp 2 ở Đài Loan chỉ có 3 năm.

❸ Chương trình đại học ở Việt Nam có thời gian học bao lâu?

Các chương trình đại học thường kéo dài khoảng 4 năm. Nhưng các trường y và kỹ thuật có thời gian học tập lâu hơn.

❹ Môn học ngoại ngữ bắt buộc ở Việt Nam chủ yếu là môn gì?

Môn học ngoại ngữ bắt buộc ở Việt Nam chủ yếu là môn tiếng Anh.

❺ Để vào học trung học phổ thông, học sinh có cần tham gia thi tuyển không?

Học sinh sẽ phải tham gia thi tuyển vào trường trung học phổ thông.

❻ Môn học ngoại ngữ bắt buộc ở các trường tiểu học và trung học phổ thông là môn gì? Hãy so sánh với Đài Loan?

Môn học ngoại ngữ bắt buộc ở các trường tiểu học và cấp 3 ở Việt Nam chủ yếu là môn tiếng Anh. Đài Loan cũng vậy.

❼ Việt Nam đã xóa bỏ kỳ thi tốt nghiệp ở các cấp nào?

Việt Nam cũng đã xóa bỏ các kỳ thi tốt nghiệp tiểu học và trung học cơ sở.

Bài 5 第五課（僅供參考）P80

（一）SỬ DỤNG CÁC TỪ GỢI Ý ĐỂ THỰC HÀNH NÓI
　　使用提供的詞語來表達以下的句子

❶ Chủ nhà miễn cưỡng đồng ý bớt tiền phòng cho bạn. (thôi được)

Thôi được, cô sẽ bớt tiền phòng cho cháu.

❷ Người bán miễn cưỡng đồng ý bán rẻ cho bạn để mở hàng. (thôi được)

Thôi được, chú vừa mới mở hàng nên bán rẻ cho cháu đấy nhé.

❸ Sếp đồng ý cho bạn nộp báo cáo vào ngày mai. (cũng được)

Cũng được, ngày mai nộp báo cáo cho anh cũng được.

❹ Bạn thấy món phở chưa ngon lắm. (cũng được)

Cũng được, tôi thấy món phở này cũng được.

❺ Cô giáo đồng ý cho bạn xin nghỉ. (được)

Được, em có thể nghỉ.

❻ Chủ nhà đồng ý soạn thảo hợp đồng thuê nhà cho bạn. (được)

Được, cô sẽ soạn thảo hợp đồng thuê nhà cho cháu.

（二）THỰC HÀNH VIẾT CÁC CÂU THEO MẪU SAU
依照範例造句

❶ viết thư pháp / đẹp / luyện viết thư pháp / từ lúc 10 tuổi

A: Anh ấy viết thư pháp đẹp thế!

B: Anh ấy luyện viết thư pháp từ lúc 10 tuổi mà.

❷ tập thái cực quyền / đỉnh / có đai đen / từ hồi học trung học cơ sở

A: Anh ấy tập thái cực quyền đỉnh thế!

B: Anh ấy có đai đen từ hồi học trung học cơ sở mà.

❸ trông / mệt mỏi / say xe / từ khi bắt đầu chuyến du lịch

A: Cô ấy trông mệt mỏi thế!

B: Cô ấy say xe từ khi bắt đầu chuyến du lịch mà.

❹ trông / vui / vẫn thế / từ lúc mới vào công ty

A: Cô ấy trông vui thế!

B: Cô ấy vẫn thế từ lúc mới vào công ty mà.

第一課　Bài một
第二課　Bài hai
第三課　Bài ba
第四課　Bài bốn
第五課　Bài năm
第六課　Bài sáu
第七課　Bài bảy
第八課　Bài tám
第九課　Bài chín
第十課　Bài mười
第十一課　Bài mười một
第十二課　Bài mười hai
附錄　Phụ lục

❺ nói tiếng Việt / lưu loát / nghe nói lưu loát / từ hồi mới sang Việt Nam công tác

A: Cô ấy nói tiếng Việt lưu loát thế!

B: Cô ấy nghe nói lưu loát từ hồi mới sang Việt Nam công tác mà.

（三）NỐI CỘT A VỚI CỘT B CHO PHÙ HỢP
連結 A 與 B

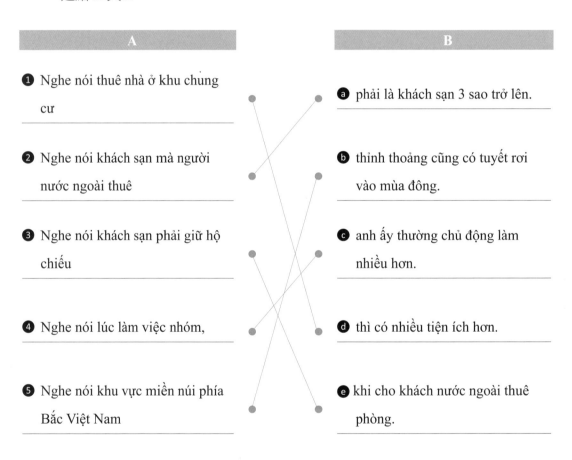

A	B
❶ Nghe nói thuê nhà ở khu chung cư	ⓐ phải là khách sạn 3 sao trở lên.
❷ Nghe nói khách sạn mà người nước ngoài thuê	ⓑ thỉnh thoảng cũng có tuyết rơi vào mùa đông.
❸ Nghe nói khách sạn phải giữ hộ chiếu	ⓒ anh ấy thường chủ động làm nhiều hơn.
❹ Nghe nói lúc làm việc nhóm,	ⓓ thì có nhiều tiện ích hơn.
❺ Nghe nói khu vực miền núi phía Bắc Việt Nam	ⓔ khi cho khách nước ngoài thuê phòng.

V. BÀI ĐỌC   閱讀

Câu 1: Chọn đáp án đúng   選出正確的答案

Nội dung chính đoạn văn trên là gì:

(A) Thuê nhà ở Việt Nam.

(B) Mua nhà ở Việt Nam.

(C) Cách tìm nhà cho thuê.

Câu 2: Trả lời câu hỏi   回答問題

❶ Nhu cầu thuê và mua nhà của người nước ngoài tại Việt Nam thế nào?

Nhu cầu thuê và mua nhà của người nước ngoài tại Việt Nam càng ngày càng cao.

❷ Hàng tháng, các chuyên gia nước ngoài chi trả bao nhiêu tiền cho việc thuê nhà?

Các chuyên gia nước ngoài chi trả trung bình từ 30 triệu đồng/tháng đến 50 triệu đồng/
tháng cho việc thuê nhà.

❸ Tại sao du học sinh lại chọn ở chung với các gia đình Việt?

Du học sinh chọn ở chung với các gia đình Việt để giao lưu và tìm hiểu văn hóa Việt Nam.

❹ Chi phí thuê nhà của du học sinh tại Việt Nam là bao nhiêu?

Chi phí thuê nhà của du học sinh tại Việt Nam là khoảng 100 đô la/ tháng.

❺ Nếu chưa có kinh nghiệm tìm nhà tại Việt Nam thì bạn nên làm gì?

Nếu chưa có kinh nghiệm thì bạn có thể nhờ người thân và bạn bè ở Việt Nam tìm giúp.
Bạn cũng có thể lên mạng tìm thông tin hoặc đăng tải các thông tin về loại phòng mà bạn
quan tâm.

❻ Khi thuê nhà qua công ty bất động sản cho người nước ngoài thì bạn phải làm gì?

Khi thuê nhà qua công ty bất động sản cho người nước ngoài thì bạn phải trả phí môi giới.

❼ Trước khi ký hợp đồng thuê nhà, bạn cần chú ý gì?

Trước khi ký hợp đồng thuê nhà, bạn cần đọc kỹ các điều khoản, như: thời hạn thuê, giá
thuê, tiền điện nước và phí mạng, đặt cọc, phương thức thanh toán, điều kiện phá vỡ hợp
đồng và các điều khoản khác.

Bài một 第一課
Bài hai 第二課
Bài ba 第三課
Bài bốn 第四課
Bài năm 第五課
Bài sáu 第六課
Bài bảy 第七課
Bài tám 第八課
Bài chín 第九課
Bài mười 第十課
Bài mười một 第十一課
Bài mười hai 第十二課
Phụ lục 附錄

（一）SỬ DỤNG "ĐA SỐ / HẦU HẾT" ĐỂ THỰC HÀNH NÓI THEO CÁC MẪU SAU
依照範例，在以下情形，使用「đa số / hầu hết」的詞語來表達

❶ Rất nhiều đàn ông Việt không đi chợ.

Đa số đàn ông Việt không đi chợ.

❷ Buổi sáng, rất nhiều sinh viên uống cà phê.

Đa số sinh viên uống cà phê vào buổi sáng.

❸ Rất nhiều người ngại mặc cả.

Đa số người dân ngại mặc cả.

❹ Buổi tối, rất nhiều người Việt ăn cơm ở nhà.

Đa số người Việt ăn cơm ở nhà vào buổi tối.

❺ Rất nhiều khách du lịch thích chợ đêm.

Hầu hết khách du lịch thích chợ đêm.

❻ Ban đêm, rất nhiều người Việt đi ngủ sớm.

Ban đêm, hầu hết người Việt đi ngủ sớm.

❼ Ban ngày, rất nhiều người Việt thức dậy sớm.

Ban ngày, hầu hết người Việt thức dậy sớm.

❽ Buổi trưa, rất nhiều sinh viên ăn cơm ở căng-tin.

Buổi trưa, hầu hết sinh viên ăn cơm ở căng-tin.

（二）CHỌN TỪ THÍCH HỢP VÀ ĐIỀN VÀO CÁC CÂU SAU
選擇適當的詞語填入以下的句子

hầu hết	đa số	nếu...thì	mọi	ban đêm	ngày	hôm	giúp

❶ Đa số các chợ đều họp vào buổi sáng.

❷ Cô ấy dành hầu hết thời gian làm việc nhà.

❸ <u>Nếu</u> mua đồ điện tử <u>thì</u> nên có bảo hành.

❹ Bố tôi luôn xách đồ nặng <u>giúp</u> mẹ tôi.

❺ <u>Mọi</u> công to việc lớn đều do bố tôi gánh vác cả.

❻ <u>Ngày</u> tốt nghiệp của cô ấy, tôi nhất định sẽ tham gia.

❼ Cậu ấy đã không tặng quà vào <u>hôm</u> sinh nhật của cô ấy.

❽ Nếu uống cà phê vào <u>ban đêm</u> thì tôi sẽ bị mất ngủ.

（三）NỐI CỘT A VỚI CỘT B CHO PHÙ HỢP
連結 A 與 B

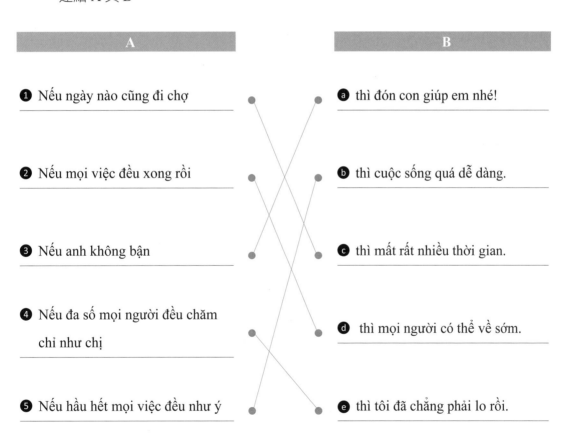

A	B
❶ Nếu ngày nào cũng đi chợ	ⓐ thì đón con giúp em nhé!
❷ Nếu mọi việc đều xong rồi	ⓑ thì cuộc sống quá dễ dàng.
❸ Nếu anh không bận	ⓒ thì mất rất nhiều thời gian.
❹ Nếu đa số mọi người đều chăm chỉ như chị	ⓓ thì mọi người có thể về sớm.
❺ Nếu hầu hết mọi việc đều như ý	ⓔ thì tôi đã chẳng phải lo rồi.

第一課 Bài một
第二課 Bài hai
第三課 Bài ba
第四課 Bài bốn
第五課 Bài năm
第六課 Bài sáu
第七課 Bài bảy
第八課 Bài tám
第九課 Bài chín
第十課 Bài mười
第十一課 Bài mười một
第十二課 Bài mười hai

V. BÀI ĐỌC   閱讀

Câu 1: Chọn đáp án đúng   選出正確的答案

Nội dung chính đoạn văn thứ 3 trên là gì:

(A) Nguồn gốc của chợ đêm.

(B) Chợ đêm Đài Loan.

(C) Chợ đêm Sĩ Lâm.

Câu 2: Trả lời câu hỏi   回答問題

❶ Chợ đêm là nét văn hóa đặc trưng của người dân nơi đâu?

   Chợ đêm là nét văn hóa đặc trưng của người dân Đài Loan.

❷ Vì sao du khách nước ngoài lại thích đến chợ đêm Đài Loan?

   Du khách nước ngoài đều ghé thăm chợ đêm Đài Loan để trải nghiệm văn hóa địa phương.

❸ Chợ đêm Sĩ Lâm ở đâu?

   Chợ đêm Sĩ Lâm ở Đài Bắc.

❹ Giá cả của các mặt hàng bán ở chợ Sĩ Lâm thế nào?

   Giá cả của các mặt hàng bán ở chợ Sĩ Lâm vừa phải.

❺ Chợ gồm những khu vực nào?

   Chợ được chia làm 2 khu vực, gồm: khu ẩm thực và khu hàng hóa.

❻ Hãy kể tên các món ăn vặt nổi tiếng tại chợ đêm này?

   Các món ăn vặt nổi tiếng tại chợ đêm này, gồm: bánh nếp kẹp xúc xích, bánh bao tiểu long, trứng tráng hàu, gà rán, trà sữa trân châu, đậu phụ thối ...

❼ Các quầy hàng quanh nhà hát Dương Minh bày bán gì?

   Các quầy hàng quanh nhà hát Dương Minh bày bán đa dạng các loại quần áo, mũ nón, giày dép, các phụ kiện, ...

（一）NÓI THẾ NÀO TRONG CÁC TÌNH HUỐNG SAU VỚI CẤU TRÚC "TỰ … LẤY"
用所提供的「TỰ … LẤY」句型，表達以下情況

❶ Khi hàng xóm khen vườn hoa nhà bạn.

Cháu tự chăm sóc lấy đấy ạ!

❷ Khi bố bạn muốn giúp bạn bơm lốp xe đạp.

Con muốn tự bơm xe lấy.

❸ Khi bạn của bạn muốn xách va-li cho bạn.

Cảm ơn bạn nhưng mình có thể tự xách lấy.

❹ Khi anh trai muốn giúp bạn sơn lại phòng.

Cám ơn anh nhưng em muốn tự sơn lấy.

❺ Khi người yêu bạn muốn chở bạn đến trường.

Cám ơn anh nhưng em muốn tự đi lấy.

❶ Bạn cảm thấy xấu hổ vì đã cư xử sai.

Tôi lấy làm xấu hổ vì đã cư xử sai.

❷ Em gái bạn hối hận vì đã không nghe lời khuyên của bố mẹ.

Em lấy làm hối hận vì đã không nghe lời khuyên của bố mẹ.

❸ Bạn thấy tiếc vì đã đưa ra quyết định sai.

Tôi lấy làm tiếc vì đã đưa ra quyết định sai.

❹ Bạn cảm thấy rất vinh dự vì được đón tiếp khách quý.

Tôi lấy làm vinh dự vì được đón tiếp khách quý.

❺ Bạn cảm thấy tự hào vì được sinh ra tại Đài Loan.

Tôi lấy làm tự hào vì được sinh ra tại Đài Loan.

（二）VIẾT CÂU THEO GỢI Ý
依照範例與提供的詞彙造句

❶ đi ngắm biển – đi leo núi

<u>Cô ấy thích đi ngắm biển chứ không thích đi leo núi.</u>

❷ đi dạo – đi chạy

<u>Cô ấy thích đi dạo chứ không thích đi chạy.</u>

❸ mua xe tay ga – mua xe số

<u>Cô ấy thích mua xe tay ga chứ không thích mua xe số.</u>

❹ sửa xe – rửa xe

<u>Cô ấy thích sửa xe chứ không thích rửa xe.</u>

❺ nấu cơm – rửa bát

<u>Cô ấy thích nấu cơm chứ không thích rửa bát.</u>

❻ giặt quần áo – phơi quần áo

<u>Cô ấy thích giặt quần áo chứ không thích phơi quần áo.</u>

❼ mua đồ hiệu – dùng hàng bình dân

<u>Cô ấy thích mua đồ hiệu chứ không thích dùng hàng bình dân.</u>

❽ ăn món luộc – ăn món rán

<u>Cô ấy thích ăn món luộc chứ không thích ăn món rán.</u>

❶ vượt quá tốc độ

<u>A: Sao anh lại vượt quá tốc độ?</u>

<u>B: Anh có vượt quá tốc độ đâu.</u>

❷ uống bia khi điều khiển phương tiện giao thông

<u>A: Sao anh lại uống bia khi điều khiển phương tiện giao thông?</u>

<u>B: Anh có uống bia đâu.</u>

❸ không đội mũ bảo hiểm khi đi xe máy

A: Sao anh lại không đội mũ bảo hiểm khi đi xe máy?

B: Anh có không đội mũ bảo hiểm đâu.

❹ đi trái đường

A: Sao anh lại đi trái đường?

B: Anh có đi trái đường đâu.

❺ không dừng xe khi đèn đỏ

A: Sao anh lại không dừng xe khi đèn đỏ?

B: Anh có không dừng xe khi đèn đỏ đâu.

（三）NỐI CỘT A VỚI CỘT B CHO PHÙ HỢP
連結 A 與 B

A	B
❶ Tôi phải về ngay	ⓐ mà anh ấy đã đi du lịch nước ngoài luôn.
❷ Tốt nghiệp đại học xong	ⓑ mà lại nắng liền.
❸ Mới chia tay tôi 1 tuần	ⓒ là anh ấy đi làm ngay.
❹ Mới khỏi ốm	ⓓ vì trời sắp mưa rồi.
❺ Vừa mưa	ⓔ mà anh ấy đã có người yêu mới liền.

第一課 Bài một
第二課 Bài hai
第三課 Bài ba
第四課 Bài bốn
第五課 Bài năm
第六課 Bài sáu
第七課 Bài bảy
第八課 Bài tám
第九課 Bài chín
第十課 Bài mười
第十一課 Bài mười một
第十二課 Bài mười hai
附錄 Phụ lục

V. BÀI ĐỌC　閱讀

Câu 1: Chọn đáp án đúng　選出正確的答案

Nội dung chính đoạn văn trên là gì:

(A) Giao thông xanh.

(B) Ô nhiễm môi trường.

(C) Phương tiện giao thông công cộng.

Câu 2: Dựa vào bài đọc, xác định thông tin đúng (Đ) / sai (S)

　　　閱讀後，判斷是否正確：Đ（正確）/ S（錯誤）　　　　Đ　　　S

❶　Phương tiện giao thông đường bộ rất thân thiện với môi trường.　　　　　v

❷　Giao thông xanh được coi là một giải pháp tối ưu để giảm ô nhiễm
　　môi trường.　　　　　　　　　　　　　　　　　　　　　　v

❸　Một trong những cách vận hành giao thông xanh là sử dụng các
　　nhiên liệu thân thiện với môi trường.　　　　　　　　　　　v

❹　Giao thông công cộng chỉ mang lại lợi ích cá nhân nhưng không
　　mang lại lợi ích cho xã hội.　　　　　　　　　　　　　　　　　v

❺　Giao thông công cộng giúp giảm ùn tắc, giảm nhiên liệu tiêu thụ và
　　ô nhiễm môi trường.　　　　　　　　　　　　　　　　　　v

Bài 8 第八課（僅供參考）P124

（一）SỬ DỤNG CÁC TỪ GỢI Ý ĐỂ THỰC HÀNH NÓI
　　　使用提供的詞彙來表達以下的句子

❶　thú vị / tốt cho sức khỏe

　　A: Đạp xe quanh hồ Tây vào buổi chiều thú vị nhỉ?

　　B: Đạp xe quanh hồ Tây không những thú vị mà còn tốt cho sức khỏe nữa.

❷ có nhiều loại hình du lịch / rẻ

A: Việt Nam có nhiều loại hình du lịch nhỉ?

B: Việt Nam không những có nhiều loại hình du lịch mà còn rẻ nữa.

❸ tiện / không bị tắc đường

A: Tàu điện ngầm ở Đài Bắc tiện nhỉ?

B: Tàu điện ngầm ở Đài Bắc không những tiện mà còn giúp không bị tắc đường nữa.

❹ đẹp / rất đặc sắc

A: Bảo tàng ở Đài Loan đẹp nhỉ?

B: Bảo tàng ở Đài Loan không những đẹp mà còn rất đặc sắc nữa.

❺ xinh / hiền

A: Bạn gái cậu xinh nhỉ?

B: Bạn gái mình không những xinh mà còn hiền nữa.

❻ chơi bóng rổ cừ / học rất giỏi

A: Nhật Bách chơi bóng rổ cừ nhỉ?

B: Nhật Bách không chỉ chơi bóng rổ cừ mà còn học rất giỏi nữa.

（二）SỬ DỤNG CÁC NGỮ PHÁP PHÙ HỢP TRONG BÀI ĐỂ HOÀN THÀNH CÁC ĐỐI THOẠI SAU　使用適當的語法來完成以下對話

❶ A: Hay là chúng mình đi tham quan Văn Miếu nhỉ?

B: Chỗ nào cũng được, chỉ cần là có thể được đi chơi.

❷ A: Hôm nay, cửa hàng ít khách quá, chúng ta nghỉ sớm đi nhỉ?

B: Tùy anh. Tôi thế nào cũng được.

❸ A: Con đừng bơi ở biển nữa nhé! Bơi ở biển không những bị đen da rất nhanh mà còn rất nguy hiểm.

B: Dạ, con nghe thấy rồi ạ.

❹ A: Cuối tuần này, cậu sang nhà mình chơi nhé!

B: Trò (chơi) nào cũng được, trừ chơi cờ ra nhé, vì mình chơi cờ kém lắm.

⑤ A: Chúng mình đi xem phim trước, rồi đi ăn tối nhé!

B: <u>Tùy</u> anh, em cũng chưa đói ạ.

⑥ A: Chúng mình đi ăn ở nhà hàng Việt Nam gần trường nhé!

B: Nhà hàng <u>nào cũng được</u>, mình dễ ăn lắm mà.

（三）NỐI CỘT A VỚI CỘT B CHO PHÙ HỢP
連結 A 與 B

A	B
❶ Con đã tìm thấy ví của mẹ rồi,	**ⓐ** chắc là họ đã quay lại với nhau rồi.
❷ Anh ấy đã phải chăm chỉ làm việc và tăng ca trong nhiều năm,	**ⓑ** thì mới có thể hoàn thành được bài báo cáo cuối kỳ này.
❸ Tôi đã nhìn thấy họ đi ăn cùng nhau,	**ⓒ** sau nhiều năm họ bị thất lạc.
❹ Bà ấy đã nhận ra ông ấy,	**ⓓ** nó ở trên mặt bàn trang điểm của mẹ.
❺ Chúng tôi phải làm việc nhóm vài lần,	**ⓔ** để mua được căn hộ ấy.

V. BÀI ĐỌC   閱讀

Câu 1: Chọn đáp án đúng   選出正確的答案

Nội dung chính đoạn văn trên là gì:

(A) Lợi ích của vật nuôi.

(B) Vật nuôi và những điều bạn chưa biết.

(C) Những điều bất lợi khi nuôi thú cưng.

Câu 2: Trả lời câu hỏi   回答問題

❶ Dành thời gian bên chó, mèo hay nhiều loại động vật khác có những lợi ích gì?
   Dành thời gian bên chó, mèo hay nhiều loại động vật khác không chỉ góp phần cải thiện
   tâm trạng mà còn tốt cho sức khỏe của bạn.

❷ Nếu bạn sở hữu vật nuôi và thân thiết với chúng thì bạn sẽ có mấy lợi ích từ chúng?
   Nếu bạn sở hữu vật nuôi và thân thiết với chúng thì bạn sẽ có 5 lợi ích từ chúng.

❸ Việc đi dạo với chó có những lợi ích nào?
   Bạn sẽ có nhiều thời gian để hít thở bầu không khí trong lành và tiếp xúc với ánh nắng mặt
   trời. Nhờ vậy, tâm trạng của bạn cũng sẽ được thư thái sau những giờ học tập và làm việc
   căng thẳng. Bên cạnh đó, ánh nắng mặt trời có thể giúp bạn tránh được các bệnh, như: béo
   phì, trầm cảm, ung thư và các bệnh về tim mạch.

❹ Thú cưng có thể tham gia những hoạt động nào cùng bạn?
   Thú cưng có thể tham gia vào các hoạt động cùng bạn, như: ném đĩa hay nhảy múa.

❺ Nhiều kết quả nghiên cứu đã chỉ ra điều gì?
   Nhiều nghiên cứu cũng chỉ ra rằng : "Nếu trẻ được tiếp xúc với các vật nuôi trong nhà thì
   nguy cơ trẻ mắc các bệnh hen suyễn và dị ứng cũng giảm đi một nửa."

❻ Trước khi mang vật nuôi về nuôi thì bạn cần phải làm gì?
   Bạn cần phải biết yêu thương và chăm sóc chúng.

第一課 Bài một
第二課 Bài hai
第三課 Bài ba
第四課 Bài bốn
第五課 Bài năm
第六課 Bài sáu
第七課 Bài bảy
第八課 Bài tám
第九課 Bài chín
第十課 Bài mười
第十一課 Bài mười một
第十二課 Bài mười hai
附錄 Phụ lục

❼ Vì sao thú cưng lại giúp bạn có cơ hội kết giao với nhiều người?

Thú cưng giúp bạn rút ngắn khoảng cách với những người lạ. Cho nên, bạn có thể dễ dàng làm quen với họ. Hay mở đầu câu chuyện khi bạn muốn làm quen với những người dân trong cùng khu phố.

Bài 9 第九課（僅供參考）P139

（一）SỬ DỤNG CÁC TỪ GỢI Ý ĐỂ THỰC HÀNH NÓI
使用提供的詞彙來表達以下的句子

❶ Anh ấy lo lắng sẽ không kịp về nước để tham dự đám cưới của chị gái. (lo là)

Anh ấy lo là sẽ không kịp về nước để tham dự đám cưới của chị gái.

❷ Bố mẹ sợ các con không hợp tuổi. (sợ là)

Bố mẹ sợ là các con không hợp tuổi.

❸ Bạn ngại vì không biết có giúp gì được cho bạn thân không. (ngại rằng)

Tôi ngại rằng tôi không giúp gì được cho cậu.

❹ Bạn lo lắng là mình sẽ hát không hay trong tiệc cưới của bạn thân. (e rằng)

Tôi e rằng mình sẽ hát không hay trong tiệc cưới của bạn.

❺ Bạn lo tiệc cưới chưa được chu đáo. (lo rằng)

Tôi lo rằng tiệc cưới chưa được chu đáo.

❻ Cô dâu đang lo lắng không mặc vừa áo cưới vì bị tăng cân. (sợ rằng)

Cô dâu sợ rằng không mặc vừa áo cưới vì bị tăng cân.

（二）THỰC HÀNH VIẾT CÁC CÂU THEO MẪU SAU
依照範例造句

❶ A: Hồi trước, anh "bắt cá nhiều tay" nhỉ?

B: Hồi trước, tôi có những 3 người yêu. Nào là người yêu cùng cơ quan này, nào là người yêu ở quê này, nào là người yêu ở công ty đối tác này.

❷ A: Hồi ấy, cậu học nhiều trường nhỉ?

B: Hồi ấy, <u>tôi học những 2 trường.</u> Nào là Trường Đại học Khoa học xã hội và Nhân văn này, nào là Trường Đại học Ngoại ngữ quốc gia này.

❸ A: Trước kia, đám cưới Việt Nam nhiều bước nhỉ?

B: Trước kia, <u>đám cưới Việt Nam có những 4 bước.</u> Nào là lễ chạm ngõ này, nào là lễ ăn hỏi này, nào là lễ thành hôn này, nào là lễ lại mặt này.

❹ A: Tráp lễ ăn hỏi nhiều nhỉ?

B: Đúng vậy, ít nhất <u>có những 3 tráp lễ</u> trở lên. Nào là tráp trầu cau này, nào là tráp bánh kẹo này, nào là tráp rượu, bia, thuốc lá này ...

❺ A: Trước đây, cậu học nhiều ngoại ngữ nhỉ?

B: Ừ, <u>tôi học những 3 ngoại ngữ</u> cùng một lúc. Nào là tiếng Việt này, nào là tiếng Anh này, nào là tiếng Pháp này.

Bài một 第一課
Bài hai 第二課
Bài ba 第三課
Bài bốn 第四課
Bài năm 第五課
Bài sáu 第六課
Bài bảy 第七課
Bài tám 第八課
Bài chín 第九課
Bài mười 第十課
Bài mười một 第十一課
Bài mười hai 第十二課
Phụ lục 附錄

（三）NỐI CỘT A VỚI CỘT B CHO PHÙ HỢP
連結 A 與 B

A	B
❶ Ăn hỏi chị gái tôi có năm tráp,	ⓐ đã 30 năm rồi.
❷ Đã 40 tuổi rồi	ⓑ mà nhà cô dâu mời những 300 khách.
❸ Bố mẹ tôi cưới nhau	ⓒ những 6 năm.
❹ Đám cưới anh tôi mời 60 khách,	ⓓ mà nhà chị cậu những mười một tráp.
❺ Họ yêu xa	ⓔ mà anh ấy vẫn chưa lập gia đình.

V. BÀI ĐỌC   閱讀

Câu 1: Chọn đáp án đúng   選出正確的答案

Nội dung chính đoạn văn trên là gì:

(A) Nghi thức truyền thống của Việt Nam.

(B) Thủ tục cưới hỏi ở Việt Nam.

(C) Đám cưới.

Câu 2: Dựa vào bài đọc, xác định thông tin đúng (Đ) / sai (S)

閱讀後，判斷是否正確：Đ（正確）/ S（錯誤）　　　　　　| Đ | S |

❶ Quy trình đám cưới cơ bản gồm 4 bước: chạm ngõ, lễ ăn hỏi, lễ thành hôn, tuần trăng mật.　　　　　　　　　　　　　　　V

❷ Mục đích của chạm ngõ là để họ hàng, bạn bè của 2 bên gia đình được chính thức gặp mặt nhau.　　　　　　　　　　　　V

❸ Nhà gái nhận lễ vật của nhà trai trong lễ ăn hỏi để thể hiện sự đồng ý và nhà gái sẽ lại quả cho nhà trai trước khi họ ra về.　　V

❹ Khách mời mừng cưới bằng hiện vật hoặc tiền.　　　　　　V

❺ Sau lễ cưới, đôi vợ chồng trẻ cần phải lại mặt và đi hưởng tuần trăng mật.　　　　　　　　　　　　　　　　　　V

Bài 10 第十課（僅供參考）P154

（一）SỬ DỤNG CÁC TỪ GỢI Ý ĐỂ THỰC HÀNH NÓI
使用提供的詞彙來表達以下的句子

❶ ăn / bún bò Huế / chứ / ngon

- Bạn thích ăn bún bò Huế không?

- Thích chứ, bún bò Huế rất ngon.

❷ nói / biết / tiếng Việt / nhưng / phát âm tiếng Việt hơi khó / chứ

- Bạn biết nói tiếng Việt không?

- Biết chứ, nhưng phát âm tiếng Việt hơi khó.

❸ muốn / đi Việt Nam du lịch / chứ / nhưng chưa tiết kiệm đủ tiền

- Bạn muốn đi Việt Nam du lịch không?

- Muốn chứ, nhưng mình chưa tiết kiệm đủ tiền.

❹ biết chứ / nhóm nhạc Blackpink / Hàn Quốc / thanh niên ai cũng biết

   - <u>Bạn có biết nhóm nhạc Blackpink của Hàn Quốc không?</u>

   - <u>Biết chứ, thanh niên ai cũng biết.</u>

❺ biết nói tiếng Trung / biết chứ / tiếng mẹ đẻ

   - <u>Bạn biết nói tiếng Trung không?</u>

   - <u>Biết chứ, tiếng Trung là tiếng mẹ đẻ của mình mà</u>.

（二）THỰC HÀNH VIẾT CÁC CÂU THEO MẪU SAU
依照範例造句

❶ trên thuyền / trên đồi / hát quan họ / các liền anh liền chị / thường / hoặc

<u>Các liền anh liền chị thường hát quan họ ở trên đồi hoặc trên thuyền.</u>

❷ Trống cơm / không ai không biết / Qua cầu gió bay / người Việt Nam / Hoa thơm bướm lượn / các bài hát quan họ như

<u>Người Việt Nam không ai không biết các bài hát quan họ như: Trống cơm, Qua cầu gió bay, Hoa thơm bướm lượn ...</u>

❸ thường có / đánh cờ người / ở hội Lim / các hoạt động / như / đu bay / đấu vật

<u>Ở hội Lim thường có các hoạt động như: đu bay, đấu vật, đánh cờ người.</u>

❹ xem hát Quan họ / nếu / mình / đi Bắc Ninh du lịch / chắc chắn / sẽ đi

<u>Nếu đi Bắc Ninh du lịch, chắc chắn mình sẽ đi xem hát Quan họ.</u>

❺ là lễ hội / ở Bắc Ninh / truyền thống / hội Lim / nổi tiếng nhất

<u>Hội Lim là lễ hội truyền thống nổi tiếng nhất ở Bắc Ninh.</u>

Bài một 第一課
Bài hai 第二課
Bài ba 第三課
Bài bốn 第四課
Bài năm 第五課
Bài sáu 第六課
Bài bảy 第七課
Bài tám 第八課
Bài chín 第九課
Bài mười 第十課
Bài mười một 第十一課
Bài mười hai 第十二課
Phụ lục 附錄

（三）NỐI CỘT A VỚI CỘT B CHO PHÙ HỢP
連結 A 與 B

A	B
❶ Khi học xong phát âm tiếng Việt, không ai không biết	ⓐ nên cả nhà vui ơi là vui.
❷ Năm nay anh cả thi đỗ vào đại học Ngoại thương	ⓑ cả năm học không nghỉ học một buổi nào.
❸ Hè này chúng mình cùng đi Việt Nam du lịch được không?	ⓒ và là 1 trong những lễ hội lớn nhất của Việt Nam.
❹ Anh ấy thích học tiếng Việt đến mức	ⓓ tiếng Việt có 29 chữ cái và 6 thanh điệu.
❺ Hội Quan họ có tên chính thức là hội Lim	ⓔ Đi chứ, chúng mình sẽ đi Nha Trang nhé.

V. BÀI ĐỌC 閱讀

Câu 1: Chọn đáp án đúng 選出正確的答案

Nội dung chính đoạn văn trên là gì:

(A) Giới thiệu về Bắc Ninh Bắc Giang.

(B) Giới thiệu về Quan họ Bắc Ninh.

(C) Giới thiệu về các liền anh liền chị.

Câu 2: Dựa vào bài đọc, xác định thông tin đúng (Đ) / sai (S)

閱讀後，判斷是否正確：Đ（正確）/ S（錯誤）　　　　Đ　　S

❶ Kiểu hát quan họ được hai người nữ và hai người nam cùng hát đối đáp xen kẽ.　　　　V

❷ Có hơn 213 bài hát và 400 làn điệu dân ca quan họ Bắc Ninh.　　　　V

❸ Trong các bữa tiệc, trước khi hát chia tay, chủ nhà ngâm thơ tặng quan khách.　　　　V

❹ Theo phong tục thì các liền anh và liền chị luôn kết hôn với nhau.　　　　V

❺ Theo truyền thống, người nữ đội khăn mỏ quạ trên đầu và mặc áo tứ thân; người nam đội khăn xếp, tay cầm ô và mặc áo dài.　　　　V

Bài 11 第十一課（僅供參考）P168

（一）Dựa vào bài đọc, xác định thông tin đúng (Đ) / sai (S)

閱讀後，判斷是否正確：Đ（正確）/ S（錯誤）　　　　Đ　　S

❶ Sắp đến Tết rồi, ngoài đường không có nhiều người.　　　　V

❷ Tết Nguyên Đán là lễ hội truyền thống lớn nhất trong năm của người Việt.　　　　V

❸ Bà và cháu sẽ mua thêm hoa mai để bày ở phòng khách.　　　　V

❹ "Ngũ phúc lâm môn" bao gồm sáu loại hoa quả.　　　　V

❺ Đình Nghi đã biết gói bánh chưng và muối dưa hành.　　　　V

❻ Món thịt đông rất ngon và Đình Nghi rất thích ăn.　　　　V

❼ Ngày mồng 2 Đình Nghi sẽ nhận được bao lì xì mừng tuổi và đi xin chữ ông đồ.　　　　V

（二）CHỌN TỪ THÍCH HỢP ĐIỀN VÀO CHỖ TRỐNG

選擇適合的詞彙填空

ông đồ	mâm ngũ quả	sắm Tết
giao thừa	mừng tuổi	bánh chưng

❶ Ngày Tết, trẻ em thường được người lớn <u>mừng tuổi</u>.

❷ Người Hà Nội thường đi Văn Miếu để xin chữ của <u>ông đồ</u>.

❸ <u>Bánh chưng</u> là một trong những món ăn xuất hiện hầu hết trong các dịp lễ Tết của người Việt.

❹ Ở miền Bắc <u>mâm ngũ quả</u> thường có chuối, bưởi, phật thủ, quýt và táo.

❺ Gà luộc là món ăn không thể thiếu được trong những mâm cỗ Tết, đặc biệt gà cúng <u>giao thừa</u>.

❻ Cuối năm, đường phố rất đông người đi <u>sắm Tết</u>.

（三）ĐẶT 5 CÂU LẦN LƯỢT VỚI CÁC TỪ SAU

用下列詞彙依序造 5 個句子

bao lì xì	mừng tuổi	hy vọng	truyền thống	sắm tết

❶ bao lì xì

<u>Vui quá, Tết năm nay em tuy lớn rồi nhưng vẫn được nhận bao lì xì của bố mẹ.</u>

❷ mừng tuổi

<u>Theo bạn, trẻ em ở độ tuổi nào có thể được tự giữ tiền mừng tuổi?</u>

❸ hy vọng

<u>Hy vọng Xuân mới sẽ mang tới sức khỏe, bình an và may mắn cho mọi nhà.</u>

❹ truyền thống

Mỗi một dân tộc đều có những truyền thống tốt đẹp cần được gìn giữ và phát huy.

❺ sắm Tết

Trước Tết 2 tuần đã thấy rất nhiều nhà đi sắm Tết.

（四）LẦN LƯỢT CHÚC TẾT CÔ GIÁO VÀ CÁC BẠN TRONG LỚP
依序向老師與同學拜年

Chúc cô Hương một mùa Xuân mới an khang thịnh vượng, vạn sự như ý.

Chúc các bạn một năm mới mạnh khỏe và may mắn.

V. BÀI ĐỌC　閱讀

Câu 1: Chọn đáp án đúng　選出正確的答案

Nội dung chính đoạn văn trên là gì:

(A) Giới thiệu về phong tục "cúng Táo Quân" (23 tháng Chạp Âm lịch) của Việt Nam.

(B) Giới thiệu về phong tục ngày Tết cổ truyền ở Việt Nam.

(C) Giới thiệu về ngày mồng 1, mồng 2 và mồng 3 Tết ở Việt Nam.

Câu 2: Trả lời câu hỏi　回答問題

❶ Tết Nguyên Đán còn có những tên gọi nào khác?

Tết Nguyên Đán (còn gọi là Tết Ta, Tết Âm lịch, Tết Cổ truyền hay đơn giản là Tết) là dịp lễ đầu năm mới theo Âm lịch Việt Nam.

❷ Trước ngày Tết còn có những phong tục gì?

Trước ngày Tết còn có phong tục như "cúng Táo Quân" (23 tháng Chạp Âm lịch) và "cúng Tất Niên" (29 hoặc 30 tháng Chạp Âm lịch).

❸ Người Việt ở đâu đón Tết?

Ở Việt Nam và ở một vài nước khác có cộng đồng người Việt sinh sống.

❹ Người miền Bắc và miền Nam có thói quen trang trí nhà cửa đón Tết khác nhau thế nào?

Người miền Bắc thường hay trang trí cho nhà bằng hoa đào và cây quất, người miền Nam thì thích hoa mai.

❺ Mọi người làm gì vào dịp Tết?

Trong những ngày Tết, các gia đình sum họp bên nhau, cùng thăm hỏi người thân, dành những lời chúc mừng tốt đẹp, mừng tuổi và thờ cúng tổ tiên.

❻ Những món ăn quen thuộc vào dịp Tết là những món gì?

Những món ăn đặc trưng của người Việt ngày Tết, như: bánh chưng, bánh tét, dưa hành, canh măng, giò lụa và bánh mứt kẹo.

❼ Mồng 1 Tết cha, mồng 2 Tết mẹ, mồng 3 Tết thầy có ý nghĩa thế nào?

Người Việt có câu "Mồng 1 Tết cha, mồng 2 Tết mẹ, mồng 3 Tết thầy" với hàm ý mồng 1 và mồng 2 báo hiếu cha mẹ, mồng 3 là ngày đền đáp công ơn của các thầy cô.

Bài 12 第十二課（僅供參考）P186

（一）TRẢ LỜI CÂU HỎI THEO NỘI DUNG BỨC THƯ
根據信件內容回答問題

❶ Thừa Hạo tốt nghiệp đại học nào và được bao lâu rồi?

Thừa Hạo tốt nghiệp đại học Đài Loan và được gần nửa năm rồi.

❷ Hiện nay Thừa Hạo đang làm việc ở đâu?

Hiện nay Thừa Hạo đang làm việc cho 1 công ty đầu tư của Đài Loan ở Việt Nam.

❸ Thừa Hạo đã học tiếng Việt bao lâu rồi và có dự định học tiếp tiếng Việt không?

Thừa Hạo đã học tiếng Việt 2 năm và vẫn tiếp tục muốn học tiếp tiếng Việt.

❹ Thừa Hạo có yêu thích Việt Nam không? Câu nào trong bức thư thể hiện điều này?

Có, càng ngày em càng cảm thấy gắn bó và yêu mến Việt Nam – quê hương thứ 2 của em.

第一課 Bài một

第二課 Bài hai

第三課 Bài ba

第四課 Bài bốn

第五課 Bài năm

第六課 Bài sáu

第七課 Bài bảy

第八課 Bài tám

第九課 Bài chín

第十課 Bài mười

第十一課 Bài mười một

第十二課 Bài mười hai

附錄 Phụ lục

❺ Thừa Hạo có yêu thích tiếng Việt không? Câu nào trong bức thư thể hiện điều này?

<u>Có, những giờ học tiếng Việt bao giờ cũng là thời gian mà em mong chờ nhất trong tuần.</u>

（二）CHỌN ĐÁP ÁN ĐÚNG　選出正確的答案

Câu 1: Ông bà ...

(A) thân mến!　　　　　　　　(C) đáng yêu!

(B) mến thân!　　　　　　　　(D) kính yêu!

Câu 2: Cảm ơn các em về buổi học hôm nay, chúng ta đã có 3 tiết học thảo luận rất ...

(A) náo nhiệt!　　　　　　　　(C) sôi nổi

(B) buồn tẻ　　　　　　　　　(D) ồn ào

Câu 3: Mọi người luôn nghĩ em là một người rất ..., vì em luôn phát biểu trong lớp và luôn ngồi bàn đầu.

(A) tự ti　　　　　　　　　　(C) vui vẻ

(B) tự tin　　　　　　　　　　(D) thông minh

Câu 4: Bạn là người nói nhiều và hay đưa chuyện, ... không ai dám chia sẻ gì với bạn cả.

(A) cho phép　　　　　　　　(C) đưa cho

(B) cho rằng　　　　　　　　(D) khiến cho

Câu 5: Càng ngày em càng cảm thấy mình ... với Việt Nam, quê hương thứ 2 của em.

(A) gắn bó

(C) hàn gắn

(B) gắn liền

(D) gắn chặt

（三）NỐI CỘT A VỚI CỘT B CHO PHÙ HỢP
連結 A 與 B

A

❶ Nghỉ hè năm nay

❷ Ảnh hưởng của đại dịch Covid-19

❸ Vì công việc quá bận rộn,

❹ Sau khi sang Việt Nam sinh sống và làm việc,

❺ Em sẽ cố gắng học tiếng Việt thật tốt

B

ⓐ em đã tự tin hơn trong giao tiếp bằng tiếng Việt.

ⓑ để có cơ hội tìm việc ở Việt Nam.

ⓒ cháu sẽ xin bố mẹ cho về quê thăm ông bà ạ.

ⓓ nên em không có thời gian viết thư thăm hỏi người thân.

ⓔ khiến các doanh nghiệp hàng không gặp nhiều khó khăn.

Bài một 第一課
Bài hai 第二課
Bài ba 第三課
Bài bốn 第四課
Bài năm 第五課
Bài sáu 第六課
Bài bảy 第七課
Bài tám 第八課
Bài chín 第九課
Bài mười 第十課
Bài mười một 第十一課
Bài mười hai 第十二課
Phụ lục 附錄

（四）CHỌN TỪ THÍCH HỢP ĐIỀN VÀO CHỖ TRỐNG
選擇適合的詞彙填空

yêu	biết	bài hát	nghĩ	luôn
chia tay	điện thoại	quan tâm	hạnh phúc	Facebook

Thư gửi người yêu cũ:

Anh biết không? Thật ra, em yêu đến anh nhiều hơn em nghĩ, nhưng em không nói ra mà thôi. Em đã lưu ảnh của anh vào điện thoại, nghe những bài hát anh thích, thử mua món đồ anh quan tâm. Em đã vào tài khoản Facebook của anh vào lúc nửa đêm, xem tất cả bài viết anh đăng, theo dõi tin tức anh đã nhấn like và đọc bình luận của anh. Em quan tâm tới tất cả mọi thứ xung quanh anh.

Thật buồn là cuối cùng chúng mình vẫn là chia xa. Thật ra không có ai đúng ai sai, anh vẫn luôn là một người rất tốt. Em nghĩ dẫu chia tay rồi, vẫn chúc anh hạnh phúc, ít nhất là phải hạnh phúc hơn em.

V. BÀI ĐỌC 閱讀

Câu 1: Trả lời câu hỏi 回答問題

❶ Đình Nghi tốt nghiệp ở trường nào?

Đình Nghi tốt nghiệp trường Đại học Quốc gia TP. Hồ Chí Minh.

❷ Đình Nghi biết đến thông tin tuyển dụng vị trí Chuyên viên Marketing ở đâu?

Đình Nghi biết thông tin tuyển dụng vị trí Chuyên viên Marketing của Công ty qua nền tảng tuyển dụng Glints.

❸ Vì sao Đình Nghi nghĩ mình là ứng viên phù hợp?

Vì Đình Nghi tốt nghiệp cử nhân loại Giỏi của khoa Marketing, có 2 năm kinh nghiệm làm nhân viên Marketing tại công ty Y và có từng nhận hỗ trợ một số dự án truyền thông- Marketing thuộc mảng Giáo dục.

❹ Đình Nghi viết Email cho đơn vị tuyển dụng nào?

Bộ phận Nhân sự Công ty ABC Việt Nam.

❺ Email của Đình Nghi có kèm CV xin việc không?

Email có kèm theo CV xin việc.

Bài một 第一課

Bài hai 第二課

Bài ba 第三課

Bài bốn 第四課

Bài năm 第五課

Bài sáu 第六課

Bài bảy 第七課

Bài tám 第八課

Bài chín 第九課

Bài mười 第十課

Bài mười một 第十一課

Bài mười hai 第十二課

Phụ lục 附錄

Phụ lục 2 附錄 2

各課單字索引

㉒ số ghế 座位號碼

㉓ khu kiểm tra an ninh
khu soi chiếu an ninh　安檢區

㉔ áo khoác 夾克、外套

㉕ túi xách 手提袋

㉖ khay 托盤

㉗ đồ vật bằng kim loại 金屬物品

Bài 2 第二課 P31

❶ ngoại tệ 外幣

❷ tiền mặt 現金

❸ yêu cầu 要求

❹ đặc biệt 特別的

❺ mệnh giá 面值、面額（錢）

❻ tiền Việt 越南盾

❼ loại tiền 不同面額的現金、錢的種類、貨幣

❽ giúp, hộ, giùm 幫助

❾ đủ 足夠的

❿ đổi 換

⓫ Đài tệ 新臺幣

⓬ tỷ giá 匯率

⓭ mua vào bán ra 買進賣出

⓮ điền thông tin 填寫資料

⓯ mẫu 表格、樣本

⓰ ký tên đầy đủ 簽名（簽全名）

⓱ nhân tiện muốn hỏi 順便問一下

⓲ thẻ rút tiền 提款卡

⓳ thủ tục 手續

Bài một 第一課
Bài hai 第二課
Bài ba 第三課
Bài bốn 第四課
Bài năm 第五課
Bài sáu 第六課
Bài bảy 第七課
Bài tám 第八課
Bài chín 第九課
Bài mười 第十課
Bài mười một 第十一課
Bài mười hai 第十二課
Phụ lục 附錄

⑳ mở tài khoản 開帳戶

㉑ xem kỹ 仔細看

㉒ máy ATM 自動提款機

Bài 3 第三課 P45

❶ máy vi tính, máy tính 電腦

❷ máy tính xách tay, laptop 筆記型電腦、手提電腦

❸ máy tính để bàn, pc 桌上型電腦

❹ có vấn đề 有問題

❺ sao, tại sao, vì sao, mà sao 為什麼、為何

❻ suốt ngày 一直、常常、整天

❼ trục trặc 故障

❽ tắt nguồn 關機

❾ khởi động 啟動

❿ (con) chuột (máy tính) 滑鼠

⓫ sạc pin 充電

⓬ thay pin 換電池

⓭ phát hiện (ra) 發現

⓮ tệp văn bản 文件夾

⓯ gõ văn bản 輸入文字

⓰ làm cho, khiến cho 使、使得、讓、引起

⓱ có khả năng 有可能

⓲ nhiễm virus 中毒

⓳ thành ra như vậy 變成這樣

⓴ mật mã Wi-Fi 無線網路密碼

㉑ luôn, ngay 馬上、立刻

㉒ nhớ ra 想起

㉓ trả lời Email 回覆電子郵件

㉔ gấp　緊急的

㉕ bận, bận rộn　忙、忙碌

㉖ PPT　簡報

㉗ buổi họp　會議

㉘ xử lý　處理

Bài 4 第四課 P61

❶ học hành　學習

❷ du học　出國留學

❸ hướng nội　內向的

❹ hướng ngoại　外向的

❺ động viên　鼓勵、支持

❻ dũng cảm　勇敢的

❼ doanh nhân　企業家、商人

❽ giao tiếp　交流、溝通

❾ khôn lớn　長大

❿ Khoa Việt Nam học và Tiếng Việt　越南學與越南語系

⓫ Trường Đại học Khoa học Xã hội và Nhân văn　人文社會科學大學

⓬ cơ bản　基礎的

⓭ khóa học phát âm　發音課程

⓮ chỉnh sửa　改正、修正

⓯ ghép vần　拼音

⓰ mặt chữ　字面意思

⓱ đăng ký　報名、登記

⓲ nhận biết　認識、知道

⓳ trình độ　程度

⓴ chương trình　課程、節目

㉑ môi trường bản ngữ　當地語言的環境、本土語言的環境

Bài một 第一課
Bài hai 第二課
Bài ba 第三課
Bài bốn 第四課
Bài năm 第五課
Bài sáu 第六課
Bài bảy 第七課
Bài tám 第八課
Bài chín 第九課
Bài mười 第十課
Bài mười một 第十一課
Bài mười hai 第十二課
Phụ lục 附錄

Bài 5 第五課 P77

❶ tìm (nhà) 找（房）

❷ thuê 租

❸ khu 區域

❹ giá thuê 租金

❺ tiện ích 設施

❻ tiền điện nước 水電費

❼ dễ tính 好相處、隨和

❽ dọn (nhà) 搬家、打掃、收拾、整理

❾ khóa cửa 鎖門

❿ giao lưu 交流

⓫ tìm hiểu 了解

⓬ phòng trống 空房間

⓭ văn hóa 文化

⓮ đặt cọc 訂金、押金

⓯ hàng xóm 鄰居

⓰ tâm sự 談心事

⓱ văn phòng 辦公室

⓲ xem phòng 看房

⓳ nhất trí 同意

⓴ chủ nhà 房東

Bài 6 第六課 P91

❶ quen 習慣、認識

❷ ổn 好的、穩妥的

❸ chợ 市場

❹ con trai 男生

❺ ngại 害羞

第一課　Bài một
第二課　Bài hai
第三課　Bài ba
第四課　Bài bốn
第五課　Bài năm
第六課　Bài sáu
第七課　Bài bảy
第八課　Bài tám
第九課　Bài chín
第十課　Bài mười
第十一課　Bài mười một
第十二課　Bài mười hai

❻ mặc cả, trả giá　討價還價

❼ tay xách nách mang　形容提很多東西（大包小包）

❽ vất vả　辛苦的

❾ siêu thị　超市

❿ ghi (rõ)　寫（清楚）

⓫ giá　價格

⓬ kì (quái)　奇怪的

⓭ tươi　新鮮的

⓮ hàng quen, quán quen　熟識之貨攤、常逛的店、熟識的店家

⓯ điện máy　電器

⓰ đồ điện tử　電子產品

⓱ hải sản　海鮮

⓲ lẩu　火鍋

⓳ tân gia　新家

⓴ nhất trí　同意

Bài 7 第七課 P105

❶ sang xịn　昂貴

❷ màu xe　汽車顏色

❸ bánh xe　車輪

❹ người lái xe　司機、騎士

❺ phóng xe　飆車

❻ y như, giống như　一模一樣

❼ công nhận　同意、認同

❽ dòng người　人潮

❾ hòa cùng　混入、加入、融入

❿ thông thuộc　熟悉的

⓫ ngóc ngách　角落

⑫ di chuyển 來回、移動

⑬ tắc đường 塞車

⑭ giờ cao điểm 尖峰時刻

⑮ vinh dự 榮譽

⑯ khách sáo 客氣的

⑰ phục vụ 服務

⑱ ngưỡng mộ 佩服

⑲ tốt bụng 善良、友善

⑳ đường phố 街道

Bài 8 第八課 P121

❶ căng thẳng 緊張、壓力

❷ múa rối nước 水上木偶戲

❸ phát hiện 發現

❹ quán bar 酒吧

❺ ngắm cảnh 賞景

❻ tuyệt hảo 絕佳

❼ biểu diễn 表演

❽ nhạc sống 現場音樂表演

❾ lãng mạn 浪漫的

❿ nhắc khéo 委婉地提醒

⑪ sống động 生動、熱鬧

⑫ bốc thăm, bắt thăm 抽籤

⑬ sân khấu dân gian 民間戲劇

⑭ độc đáo 獨特的

⑮ sáng tạo 創造

⑯ mừng thọ 祝壽

⑰ không khí 氣氛

⑱ nền văn minh nông nghiệp lúa nước　水稻農業文明、水稻農業文化的底蘊

⑲ đặc sắc　特色

⑳ kèo　方案、計畫（年輕人的說法）

Bài 9 第九課 P135

❶ lễ ăn hỏi　訂婚儀式

❷ bê (lễ)　捧（禮盒）、捧（禮品）

❸ đỡ　扶

❹ tráp (lễ)　匣子（禮）

❺ lễ vật　禮品

❻ phong phú　豐富

❼ trầu cau　檳榔

❽ bánh cốm　糯米綠豆餅

❾ bánh su sê　夫妻餅

❿ chú rể　新郎

⓫ đội　隊伍

⓬ kết hôn　結婚

⓭ nhìn trúng　看上

⓮ làm mối　做媒

⓯ hi vọng　希望

⓰ áo dài　奧黛

⓱ trang điểm　化妝

⓲ lễ thành hôn　婚禮

⓳ cưới　結婚

⓴ tổ chức　舉辦

Bài một 第一課
Bài hai 第二課
Bài ba 第三課
Bài bốn 第四課
Bài năm 第五課
Bài sáu 第六課
Bài bảy 第七課
Bài tám 第八課
Bài chín 第九課
Bài mười 第十課
Bài mười một 第十一課
Bài mười hai 第十二課

❶ liền anh liền chị　連兄連姊（指官賀民歌的表演者）

❷ hát quan họ Bắc Ninh　北寧官賀民歌

❸ hát ru　搖籃曲

❹ Bèo dạt mây trôi　白雲飄浮萍移

❺ giai điệu, làn điệu　旋律

❻ không ai không biết　無人不知

❼ Người ơi người ở đừng về　你不要走（歌名）

❽ Qua cầu gió bay　過橋風吹（歌名）

❾ Trống cơm　飯鼓（歌名，同時也是越南傳統鼓樂器）

❿ Hoa thơm bướm lượn　花若香開蝴蝶自來（歌名）

⓫ kể không hết　講不完

⓬ chính thức　正式的、官方的

⓭ hội Lim　林廟會、林節

⓮ thi　考試、比賽

⓯ đồi　山丘

⓰ thuyền　船

⓱ đấu vật　摔角

⓲ đu bay　盪鞦韆

⓳ đánh cờ người　下人體象棋

⓴ cái nôi　搖籃

㉑ ca trù　歌籌

（「歌籌」是越南北部的一種唱詩曲的方式，歌詞由傳統的越南詩體撰寫而成。表演形式為：一名女歌手一邊歌唱並敲擊拍板，其他兩名樂手彈奏三弦詩琴和讚鼓。）

㉒ chèo　嘲劇

（「嘲劇」是越南傳統的民族戲曲形式，通常是帶有歌舞的音樂戲劇形式，且帶有嘲諷和戲謔的意味。）

㉓ văn hóa dân gian　民間文化、民俗文化

Bài 11 第十一課 P165

❶ ngoài đường 路上

❷ Tết Nguyên Đán 春節、農曆新年

❸ lễ hội 節日

❹ truyền thống 傳統的

❺ lớn nhất 最大

❻ sắm Tết 採買春節用品、辦年貨

❼ hoa đào 桃花

❽ cây quất 金桔樹

❾ mâm ngũ quả 五果盤

❿ cúng tổ tiên 祭祖

⓫ cúng giao thừa 除夕祭拜

⓬ tượng trưng 象徵、代表

⓭ ngũ phúc lâm môn 五福臨門

⓮ phú (giàu có) 富（財富／富有）

⓯ quý (sang trọng) 貴（高貴）

⓰ thọ (sống lâu) 壽（長壽）

⓱ khang (mạnh khỏe) 康（健康）

⓲ ninh (bình yên) 寧（平安）

⓳ chuối 香蕉

⓴ bưởi 柚子

㉑ phật thủ 佛手柑

㉒ quýt 橘子

㉓ táo 蘋果

㉔ bánh chưng 粽子

㉕ dưa hành 醃蔥頭

㉖ nem rán 炸春捲

㉗ xôi gấc 木鱉果糯米飯

第一課 Bài một
第二課 Bài hai
第三課 Bài ba
第四課 Bài bốn
第五課 Bài năm
第六課 Bài sáu
第七課 Bài bảy
第八課 Bài tám
第九課 Bài chín
第十課 Bài mười
第十一課 Bài mười một
第十二課 Bài mười hai

㉘ gà luộc 水煮雞

㉙ thịt đông 肉凍

㉚ giao thừa 除夕

㉛ mồng 1 初一

㉜ mồng 2 初二

㉝ mồng 3 初三

㉞ bao lì xì 紅包袋

㉟ (tiền) mừng tuổi 壓歲錢

㊱ mong, mong muốn , hy vọng 希望

㊲ Văn Miếu 文廟

㊳ ông đồ 書法大師、男老師

Bài mười hai 第十二課 P181

❶ quý mến 親愛的

❷ tốt nghiệp 畢業

❸ nửa năm 半年

❹ được nhận vào 被錄取、進入

❺ đầu tư 投資

❻ kỳ nghỉ phép 假期

❼ nhân dịp 趁……機會、值……之際

❽ tha lỗi 原諒、體諒

❾ chậm trễ 遲到

❿ buổi thảo luận 討論〔名詞〕

⓫ sôi nổi 熱烈的

⓬ mong chờ nhất 最期待

⓭ khiến cho 使得

⓮ vốn tiếng Việt cơ bản 基本越南語能力

⓯ tự tin 自信的

⓰ dự định 預定、計劃、打算

⓱ lâu dài 長久

⓲ gắn bó 緊密相連的

⓳ yêu mến 喜愛

⓴ quê hương thứ 2 第二故鄉

㉑ dừng bút 停筆

㉒ kính thư 敬上

Bài một 第一課
Bài hai 第二課
Bài ba 第三課
Bài bốn 第四課
Bài năm 第五課
Bài sáu 第六課
Bài bảy 第七課
Bài tám 第八課
Bài chín 第九課
Bài mười 第十課
Bài mười một 第十一課
Bài mười hai 第十二課
Phụ lục 附錄

Tham khảo 參考書目

01. Vietnamese Picture Dictionary: Learn 1500 Vietnamese Words and Expressions. Nguyễn Thị Liên Hương. Tuttle Publishing. 2021

02. Thực Hành Tiếng Việt Trình Độ B. Tác giả: Đoàn Thiện Thuật, Nguyễn Khánh Hà, Trịnh Cẩm Lan, Nguyễn Phương Trang. Nhà xuất bản thế giới. 2012

03. Hán Việt Từ Điển. Đào Duy Anh. Nhà xuất bản Văn hóa – Thông tin. 2001

04. Quê Việt, sách dạy tiếng Việt trình độ B. Mai Ngọc Chừ (Chủ biên) Nguyễn Văn Huệ, Trịnh Cẩm Lan, Nguyễn Văn Phúc, Vũ Văn Thi. Nhà xuất bản Thế giới. 2008

05. 《常用漢越成語 300 句精選》阮蓮香（Nguyễn Thị Liên Hương）與黎寶珠（Lê Thị Bảo Châu）共同編撰，瑞蘭國際出版，2023 年

06. 《越來越有趣，越語基礎教材》阮蓮香、黎氏寶珠編選，彰化縣政府發行，2019 年

07. 《越南民間故事：粽子與麻糬的故事》（中越南文對照），狗狗圖書有限公司，2013 年

08. A Concise Vietnamese Grammar: (for non-native speakers). Doan Thien Thuat (editor-in-chief). Nguyen Khanh Ha. Pham Nhu Quynh. The Gioi Publishers. 2001

09. Tiếng Việt Nâng Cao (Quyển 1, 2; Trình độ B). Nguyễn Việt Hương. Nhà xuất bản Đại học Quốc gia. 2017

10. Từ điển Tiếng Việt trực tuyến web: http://tratu.soha.vn/

Memo

國家圖書館出版品預行編目資料

大家的越南語　中級 1 / 阮蓮香、阮氏玲著
-- 初版 -- 臺北市：瑞蘭國際，2024.09
256 面；19 x 26 公分 --（外語學習系列；139）
ISBN：978-626-7473-58-0（平裝）
1.CST：越南語 2. CST：讀本
803.798　　　　　　　　　　　113013044

外語學習系列 139

大家的越南語　中級 1

作者｜阮蓮香、阮氏玲
責任編輯｜葉仲芸、王愿琦
校對｜阮蓮香、阮氏玲、Nguyễn Thị Kim Chung（阮氏金鐘）、葉仲芸、王愿琦

越南語錄音｜阮蓮香、Trần Ngọc Minh・ 中文錄音｜葉仲芸
錄音室｜采漾錄音製作有限公司
封面設計｜劉麗雪、陳如琪
版型設計｜劉麗雪、陳如琪
內文排版｜邱亭瑜
插畫繪製｜吳晨華

瑞蘭國際出版

董事長｜張暖彗・ 社長兼總編輯｜王愿琦
編輯部
副總編輯｜葉仲芸・ 主編｜潘治婷
設計部主任｜陳如琪
業務部
經理｜楊米琪・ 主任｜林湲洵・ 組長｜張毓庭

出版社｜瑞蘭國際有限公司・ 地址｜台北市大安區安和路一段 104 號 7 樓之 1
電話｜ (02)2700-4625・ 傳真｜ (02)2700-4622・ 訂購專線｜ (02)2700-4625
劃撥帳號｜ 19914152 瑞蘭國際有限公司
瑞蘭國際網路書城｜ www.genki-japan.com.tw

法律顧問｜海灣國際法律事務所　呂錦峯律師

總經銷｜聯合發行股份有限公司・ 電話｜ (02)2917-8022、2917-8042
傳真｜ (02)2915-6275、2915-7212・ 印刷｜科億印刷股份有限公司
出版日期｜ 2024 年 09 月初版 1 刷・ 定價｜ 550 元・ ISBN｜ 978-626-7473-58-0

 本書採用環保大豆油墨印製